அன்பின் மிகை

கௌரி முத்துகிருஷ்ணன்

பொருளடக்கம்

பொருளடக்கம்

முன்னுரை

முன்னுரை :

அன்பு அனைத்தும் செய்யும். ஒருவர் மீது நாம் கொண்டு இருக்கும் அன்பு என்னவெல்லாம் செய்யும் என்பது பற்றிய கதை. கதையில் வரும் மாந்தர்கள் அனைவரும் தன் அன்பானவர்களுக்கு அன்பு செய்ய தருணம் பார்த்து காத்து இருப்பவர்கள். தருணம் வாய்க்க அவர்கள் செய்யும் செயலே இங்கே அன்பின் மிகை.

பொறுப்பு துறுப்பு:

“ இக்கதையில் வரும் சம்பவங்களும், பெயர்களும், கதாபாத்திரங்களும் அனைத்தும் கற்பனையே, இதில் வரும் எந்த கதாபாத்திரமும் கதை அமைப்பும் எவரையும் தனிப்பட்டு முறையில் புண்படுத்தும் நோக்கத்தோடு எழுதவில்லை என்று கூறிக் கொள்கிறேன். மீறியும் உங்கள் மனதில் சந்தேகம் எழுமானால் அதற்கு நான் பொறுப்பு அல்ல. "

1

கார்த்திக் அவனின் அபார்ட்மெண்ட் கதவை அடைத்துக்கொண்டே, அவனது அபார்ட்மெண்ட் வலது புறத்தில் இருக்கும் இன்னொரு அபார்ட்மெண்ட் மேல் கண்ணை வைத்து இருந்தான். ஏனோ இரு நாளாக அவளின் தரிசனம் இல்லை. தவறு அவன் மீது இல்லை என்றாலும் இரு நாள் முன்பு நடந்த அனைத்தும் அவனையே குற்றவாளியாகக் காட்டி இருந்தது. அவன் பக்கத்தில் கூற நியாயமான காரணம் இருந்தும் கேட்க அவளுக்கு பொறுமையும் விருப்பமும் இல்லை.

கார்த்திக் முகம் காலையிலேயே சோர்ந்து போனது. தன்னவளின் இந்த விலகல் அவனை இரு நாளாக பைத்தியமாக செய்து இருந்தது. இதுவரை அவளிடம் காதலை வார்த்தையில் சொன்னதில்லை, இருவரின் இடையில் ஹாய், பை சொல்லும் அளவுக்கு, சிறு சிறு உதவிகள் செய்யும் அளவுக்கு தான் அவனோடு அவளுக்கு பொது வெளியில் உறவு. ஆனால் வார்த்தைகள் சொல்லாத அனைத்தையும் கண்ணில் பேசி தீர்த்து இருந்தனர். யாரும் அறியாது இருவரின் இடையில் ரகசியம் போல காதல் பூத்து இருந்தது. கார்த்திக்கின் நெருங்கிய நண்பன் ரஞ்சித் கூட அறியாத அளவுக்கு இருவரின் காதல் மௌனமாக வளர்ந்து கொண்டு இருந்தது. கார்த்திக் பேச வந்தால், இவள் விலகி ஓடி இருப்பாள். அவள் இறங்கி வந்தால் இவன் விலகி சென்று கண்ணாமூச்சி ஆடுவான்.

சோர்ந்து போனவன் ஆறாம் மாடியில் இருந்து இறங்க லிஃப்ட் உள்ளே வர, அவன் எதிரில் அவளின் டுட்டி முடித்து களைத்து போய் நின்று

இருந்தாள் நவநீதா. அவளை கண்டதும் சட்டென லிஃப்ட் உள்ளே வந்து கிரவுண்ட் பிளோர் என பட்டனை அழுத்தி இருந்தான். அவளோ அவனை முறைக்க, கார்த்திக் கண்ணில் மன்னிப்பு வேண்டும் கெஞ்சல் மட்டுமே இருந்தது.

" ஏன் நவி இப்படி பண்ற? ரெண்டு நாளா பைத்தியம் மாதிரி இருக்-கேன் தெரியுமா? போதும் பேசுடி, இன்னும் எவ்ளோ நாளைக்கு இந்த மௌன நாடகம் வேண்டாம். " கார்த்திக் மௌனம் உடைத்து பேசிவிட,

" எனக்கு உன்னை பிடிக்கல. இனி என் பின்னாடி உன் பார்வையை கொண்டு வர வேண்டாம். நமக்குள்ள எல்லாம் முடிஞ்சுது. " நவியும் மனதில் உள்ளதை சொல்லி இருந்தாள்.

" அவ்ளோ தான் என் மேல நம்பிக்கை இல்லையா உனக்கு? என்னை ரெண்டு வருஷமா பார்க்கிற தானே? சரிடி, என் கண்ணை பார்த்து சொல்லு, உண்மையாவே நான் வேண்டாமா?"

" இதுவரை பார்த்தது தான் உண்மையா கார்த்திக்? அப்போ வெள்-ளிக்கிழமை ராத்திரி நான் பார்த்தது என்ன, என் கண்ணு என்கிட்ட பொய் சொல்லுமா? " நவியின் கேள்வியில் மௌனமாக நின்று விட்-டான். லிஃப்ட் திறக்கவும் அவனை வெளியே போ என்பது போல நவி பார்க்க, இடத்தை காலி செய்து இருந்தான்.

பைக்கை உதைத்து, ஆஃபீஸ் நோக்கி கிளம்பியவன் உள்ளே எரிமலை வெடித்து கொண்டு இருந்தது. சோர்வு போய் கோவம் வந்திருக்க, முகம் கடுகடுத்து போய் இருந்தது. நம்பிக்கை இல்லாத இடத்தில் காதல் இருந்து என்ன பயன் என்று நினைத்தவனுக்கு நவநீதா மீது எல்லை இல்லா கோவம்.

கார்த்திக் 27 வயது, மாநிறம், 6 அடி 2 அங்குல உயரம், உயரத்துக்கு ஏற்ற உடல்வாகு என பார்க்க, அழகாய் இருப்பான். அவன் இருக்கும் இடத்தில் கலகலப்புக்கு பஞ்சம் கிடையாது. ஆண், பெண் என இரு நட்புகளும் உண்டு. ரஞ்சித் மட்டும் அதில் மிக மிக அவனுக்கு நெருக்-

கமானவன். வேலை தனியார் நிறுவனம் ஒன்றில் புரோடக் மேனே-ஜர், லட்சங்களில் சம்பளம், பெரிய பெரிய பொறுப்புகளை தலையில் வைத்து இருக்கும் வேலை. ஆனால் ஆடம்பரம் மேல் பெரிதாய் ஆசை கொள்ளாதவன். சொந்தமாய் வீடு, கார் என கம்பனி கொடுத்து இருந்-தும் வேண்டாம் என மறுத்து விட்டு, எளிமையான வாழ்வை விரும்பி நண்பனோடு அபார்ட்மெண்ட் அறையை பகிர்ந்து கொண்டு, அவனது சொந்த பைக்கில் பயணம் செய்பவன்.

அம்மா அப்பாவை கல்லூரி வயதில் இழந்து விட்டவனுக்கு துணை எல்-லாம் அண்ணனின் குடும்பம் தான். மாத இறுதியில் நேரம் ஒதுக்கி தான் அண்ணன் மகனை காண செல்வான். அண்ணனோடு போன வருடம் போட்டுக்கொண்ட சண்டையில் இருவரின் பேச்சு வார்த்தையும் நின்று போய் இருந்தது. சகோதர்களுக்கு பாலமாக இருப்பவன் சிறுவன் ஒரு-வன் தான். நவி அவனின் இரு வருட காதலி, கண்ணில் பேசியே காதலையும், புரிதலையும் பகிர்ந்து இருந்தான். போன வாரம் வரையில் லிஃப்ட் வாசலில் தான் இருவரும் கண்ணோடு கண் பேசி, இதழ் விரித்து சிரித்து, தலை அசைத்து விடைபெற்று கொள்வார்கள். அந்த சில நிமிட பார்வையே இருவருக்கும் அன்றைய நாளுக்கான மொத்த உற்சாகத்-தையும் கொடுத்து இருக்கும். இன்று நிலையே வேறு,

அலுவலகம் வந்து சேர்ந்து அவன் அறைக்குள் அமர்ந்தும் மனம் நிலை இல்லாது துடிக்க, கண்களை மூடி அவனை சமன் செய்து கொண்டு இருந்தான். சமன் செய்த அடுத்த நொடி, அவன் அறை கதவை அனு-மதி கேட்டு யாரோ தட்ட, அனுமதி கொடுத்து இருந்தான். அறை உள்ளே வந்த விவேகாவை பார்த்து கார்த்திக் முறைக்க,

" என்னாச்சு? ஏன் சார் என்னை முறைக்கறீங்க? "

" வேணாம் டி, பிளீஸ் நானே நொந்து போய் இருக்கேன். எதுக்கு அப்-படி ஓவர் ரியாக்ட் பண்ண? உன்னால எனக்கு எவ்ளோ பிரச்சனை தெரியுமா? "

" நானும் உன்கிட்ட குழந்தைக்கு சொல்ற மாதிரி சொல்லிட்டேன். என்

பின்னாடி சுத்தாத, எனக்கு பாடிகார்ட் வேலை பார்க்காத, என் பொண்ணுகிட்ட பேசாத, நட்பை வளர்க்காத இப்படி எவ்ளோ சொல்றேன்? எதாவது கேட்டியா? உனக்கு நீ செய்ய நினைக்கிறது தப்புன்னு புரியுதா இல்லையா? "

" நேசம் தப்பா? காதல் தப்பா? நெஞ்சு முழுக்க காதலை வெச்சுட்டு சும்மா தப்பு தப்புன்னு சொல்லிட்டு இருக்காத, நானும் எவ்ளோ நாள் தான் பொறுமையா இருப்பேன்? "

" என்னை மறந்து இன்னொருத்தி கிட்ட போன அப்புறம் எங்க இருக்கு காதல்? எப்படி இருக்கும் நேசம்? எல்லாம் முடிஞ்சு போய் வருஷம் கடந்துருச்சு கார்த்திக். "

" உனக்கு எல்லாமே தெரியும் விவேகா, ஆனாலும் ஒன்னும் தெரியாத மாதிரி நடிக்கிற, ஈகோ டி, கொஞ்சம் கூட இறங்கி வர முடியாத அளவுக்கு உன் ஈகோ தலைக்கு மேல இருக்கு. இனி என்கிட்ட நீ பேச வேண்டாம். போதும் நான் கெஞ்சினதும், நீ மிஞ்சினதும். "

" டேய் கார்த்திக் நேத்து வந்த காதலுக்காக, நம்ம பல வருஷ நட்பை வேண்டாம் சொல்லிட்ட? "

" எனக்கு உன் காதல் தான் வேணும். நட்பு வேண்டாம். நட்பு நிலைக்கனும் சொன்னா, உன் காதலை கொடு. உன்னால முடியாதா? உன் நட்பும் வேண்டாம், ஒரு மண்ணும் வேண்டாம். "

" நாளைக்கு புராஜக்ட் சப்மிஷன், நீங்க ஒரு முறை எல்லாத்தையும் சரி பார்த்து அப்ரூவல் கொடுத்தா நான் மேற்கொண்டு வேலையை பார்ப்பேன். "

" வெச்சுட்டு போங்க " கார்த்திக் குரல் இறுகிப்போய் கூற, அவனை பார்க்காது ஃபைலை வைத்து விட்டு அறை விட்டு சென்று இருந்தாள். இரண்டு கிரீன் டீ குடித்து அவனை சமன் செய்து, வேலையில் கவனம் செலுத்த முயன்று இருந்தான்.

மாலை வேலை முடியவும், உயர்தர பார் சென்று குடித்து விட்டு, ரஞ்சித்தை அழைத்து செல்ல சொல்லி இருந்தான். கார்த்திக் தினம் குடிப்பவன் அல்ல. அதே போல குடியை அறியாதவனும் அல்ல. மனம் நிலை இல்லாத நேரத்தில் அனைத்தும் மறக்க வேண்டி குடிப்பான். ரஞ்சித் அழைத்து வந்து லிஃப்ட் எற, கார்த்திக் லிஃப்ட் வேண்டாம் என லிஃப்ட் விட்டு வெளியே செல்ல, அவனிடம் போராடி அவனை ஆறாம் மாடி வரை லிஃப்ட் உள்ளே பிடித்து வைத்து கொண்டான். ஆறாம் மாடி வந்து லிஃப்ட் கதவு திறக்க, கதவின் மறுபுறம் நவி நின்று இருந்தாள்.

கார்த்திகை கண்டதும் அவளின் கண்கள் கோவத்தில் பெரிதாக, அவனோ அவளை கண்டும் காணாதவன் போல நிற்க, ரஞ்சித் அவன் தோள் பிடித்து இழுக்க, அசையாது நின்று இருந்தான்.

" டேய் உயிரை வாங்காம வா டா.. எனக்கு டிசைன் வொர்க் பெண்டிங் இருக்கு, மணி இப்போவே ஏழு ஆகிடுச்சு. "

" ஏன் ரஞ்சி கண்ணுல பார்க்கிற எல்லாமே உண்மையா இருக்குமா?"

" இருக்காது டா.. இருந்தா எப்படி மேஜிக் செய்ய முடியும்? கண் கட்டி வித்தை கண் திறந்து பார்க்கும் போது தானே நடக்குது? அது உண்மை இல்லையே? "

" ரெண்டு வருஷமா பார்த்தும் உணராத ஒன்னை, இனி உணர முடியுமா? எதையும் தீர விசாரிக்காம எடுக்குற முடிவு தான் சரியா இருக்குமா? எதிரில் உள்ளவனுக்கு பேச வாய்ப்பே கிடைக்கல, அவன் பக்கம் நியாயமே இருக்காதா? "

" டேய்.. அந்த பொண்ணை போக விடுடா முதல, லிஃப்ட் விட்டு நீ வெளிய வா, சாரி மேம். அவனுக்கு எதோ ஆஃபீஸ் வொர்க் அப்செட் அதான் இப்படி எல்லாம் பேசிட்டு இருக்கான். நீங்க தப்பா நினைக்க வேண்டாம். " நண்பனிடம் ஆரம்பித்து அவளிடம் முடிக்க, அவளோ பார்வையை கார்த்திக் மீது மட்டும் வைத்து இருந்தாள்.

ரஞ்சித் பலம் கொடுத்து கார்த்திகை இழுக்க, அவனோடு சேர்ந்து நடந்து இருந்தான். நவிக்கு அவன் மீது இன்னும் கோவம் அதிமாகி இருந்தது. குடித்து விட்டு வந்து நியாயம் பேசும் அவனின் செயல் எரிச்சல் தர, அமைதியாய் லிஃப்ட் உள்ளே சென்று இருந்தாள்.

லிஃப்டின் கதவு மூடவும் அவளின் கண்ணீர் கண்களை விட்டு வெளியேறி இருந்தது. ' உயிருக்கு உயிராக நேசித்த இவனை கடந்த வெள்ளி இரவு இன்னொரு பெண்ணோடு கண்டு விட்டு, அவளிடம் இவன் காதல் யாசகம் கேட்பதை கேட்டு விட்டு, அவள் அழவும் நெஞ்சோடு அணைத்து ஆறுதல் சொல்வதையும் பார்த்த பின், எப்படி ஏற்கும் நெஞ்சம் அவனை? அதுவும் அவனிடம் உரிமையாய் பழகும் அந்த சிறு பெண் குழந்தை? அவனுக்கும் அந்த குழந்தைக்கும் என்ன உறவு? அவளிடம் காதல் யாசகம் கேட்கிறான் என்றால் அவள் இவனின் காதலியா? அல்லது மனைவியா? பொது வெளியில் நெஞ்சோடு அணைக்க உரிமை உள்ள அளவுக்கு அவர்களுக்குள் நிச்சயம் உறவும் இருக்க வேண்டும். இதில் இவனிடம் கூற என்ன நியாயம் இருக்கிறது? '

நவி மனம் கேட்கும் கேள்விக்கு, கார்த்திக்கிடம் பதில் இருக்கிறது. விவேகாவிடம் காதலை இவன் கேட்கவும் மிக பெரிய காரணம் இருக்கிறது. கார்த்திக் இரு பெண்களிடமும் காதலை யாசிப்பதற்கு காரணம் இருக்கிறது. இங்கே ஒருவர் மீது ஒருவர் அன்பு கொண்டும், தங்கள் அன்பையே பெரிதாக இவர்களின் மனங்கள் பிடித்து கொண்டும் போராடினால் என்ன செய்ய? இங்கே நிகழ்வுகள் எல்லாம் அன்பின் மிகை. மிகை தொடரும்..

2

பார்கவி மெல்ல எழுந்து அவரின் காலை கடன்களை முடித்து, குளித்து சமையல் வேலையை தொடங்கி இருக்க, ஆத்விகா அவளின் நடைப-யிற்சி முடித்து வந்து இருந்தாள்.

" அம்மா இன்னிக்கி கொஞ்சம் சீக்கிரம் போகனும். சிம்பிளா சமையல் செய் போதும்."

" ஆத்வி, சாயங்காலம் சீக்கிரம் வந்துரு டி, மாப்பிள்ளை பையனுக்கு உன்னை ரொம்ப பிடிச்சு இருக்காம். இந்த சம்பந்தம் அமைஞ்சா எனக்கு பெரிய நிம்மதி."

" சரிம்மா "

" உனக்கு பையனை பிடிச்சு இருக்கு தானே? "

" ம்மா.. எனக்கு ஒரு கண்டிசன் இருக்கு, அதுக்கு யார் சம்மதம் சொன்னாலும் எனக்கு பிடிச்ச பையன் தான். "

" அப்படி என்னடி கண்டிசன் அது? "

" நேரம் வரும் போது சொல்றேன் மா. "

" என்னவோ போ.. என்னன்னு கேட்டாலும் சொல்லாத, ஆனா அந்த கண்டிசன் கேட்டு வர மாப்பிள்ளை பசங்க யாரும் பதில் சொல்லாம போய்டறாங்க. எனக்கு வயசாகுது ஆத்வி மா, என் கடமையை செய்ய விடுடி. "

" இப்படி தானே மா உன் அம்மாவும் அப்பாவுக்கு உன்னை கல்யாணம் பண்ணி வெச்சாங்க? இப்போ உன் நிலை என்ன? இன்னொரு பார்கவி உருவாக்க முயற்சியா? "

" என்னடி பேசுற? எல்லாம் உன் விருப்பம் போல தானே இங்க நடக்குது. நீ போடுற கண்டிசன் கூட எனக்கு தெரியாது. வர யாரும் பதில் சொல்லாம போனாலும் நான் கவலைபடுறது எல்லாம் உன் விருப்பத்தை பத்தி தான். உனக்கான ஒருத்தனா இவன் இருக்கனும் ஒவ்வொரு முறையும் வேண்டுதல் வைக்கிற என்னை இப்படி கேட்கிற இல்ல? என் அம்மாக்கு என் மனசும் தெரியாது, அதில் எனக்கு இருந்த விருப்பமும் தெரியாது. தெரிஞ்சு இருந்தாலும் அவங்க அதை பெருசா எடுத்து இருக்கவும் மாட்டாங்க. முடிஞ்சு போனதை எதுக்கு பேசிட்டு? வா சாப்பிட்டு கிளம்பு "

" அம்மா.. எனக்கு நீ தான். உனக்கு நான் தான். என் மேல உனக்கு இருக்கிற அன்பும் அக்கறையும் எனக்கு தெரியாதா? உன் அன்பும் அக்கறையும் எனக்கு ஆபத்தாகிட கூடாது. கொஞ்சம் பொறுமையா மாப்பிள்ளை பார்ப்போம். எனக்கு பெரிய கனவு எல்லாம் கல்யாணத்தில் இல்ல. ஆனா பெரிய கடமை இருக்கு. உனக்கு உன் கவலை போல, எனக்கு என் கவலை. "

" நான் உனக்கு அம்மாவா? இல்ல நீ எனக்கு அம்மாவான்னு தெரியல. சரி வா நேரமாச்சு. "

ஆத்விகா 24 வயது, ஆசிரியையாக தனியார் பள்ளியில் பணி, எதையும் யோசித்து முடிவு செய்யும் முற்போக்குவாதி. பொறுமையும் பக்குவமும் மிக அதிகம். அதற்கு ஏற்றது போல தான் அவளின் அறி-

வும் அழகும் கூட அதிகம். ஒரே பார்வையில் மனம் நிறைந்து போகும் அழகு, வந்த மாப்பிள்ளைகள் அனைவருக்கும் போட்டோவில் பார்த்தே சம்மதம். ஆனால் இவளின் கண்டிசன் கேட்டு விட்டு எதையும் பதிலாக சொல்லாது எழுந்து சென்று விடுவர். பார்கவிக்கு தான் இவளால் தர்ம சங்கடம். ஆனால் மகள் மீது கொண்டு இருந்த நம்பிக்கை அவள் தவறாக எதையும் பேசியோ, கேட்டோ இருக்க மாட்டாள் என்று உறுதியாக கூற, அவரும் எதையும் அவளிடம் வற்புறுத்துவது இல்லை.

பார்கவி 41 வயது. 16 தொடங்கிய இளவயதில் திருமணம். 17 வயதில் ஒரு பெண் குழந்தை. இரண்டாம் குழந்தை பெற்றுக்கொள்ள உடலில் திடம் இல்லாத காரணத்தால், பார்கவி கணவனை விட்டு விலகி இருக்க, அவரின் கணவரோ வேறு பெண்ணை தேடி இருந்தார். அது ஒரு நாள் ஊருக்குள் தெரிந்து பிரச்சனையாகி, அவரோ அந்த பெண்ணையும் திருமணம் செய்து கொள்ள, பார்கவி நிலைமை தான் மோசமானது. கணவனை பார்கவியிடம் அனுப்பாது, புதிதாய் வந்தவள் சண்டை பிடிக்க, அவளிடம் படுக்கை சுகம் கண்டவன் பார்கவியை, பெற்ற மகளை எல்லாம் மறந்து இரண்டாம் மனைவி வீட்டில் தங்கி விட, இருவரும் அனாதையாகி இருந்தனர். வீட்டு வேலைக்கு சென்று முதலில் ஜீவனம் செய்தவர். ஆத்வியின் எட்டாம் வயதில் நடந்த சொத்து சண்டையில் எதுவும் வேண்டாம் என்று பிறந்த ஊரை விட்டு கோவை வந்து விட்டார். இங்கும் வீட்டு வேலை செய்து மகளை படிக்க வைத்தவர். அவள் ஒரு வேலையில் அமரவும் வீட்டில் இருந்தே பூ மாலையும், மல்லிகை சரமும் காட்டிக்கொடுத்து பணம் சம்பாதித்து கொண்டு இருக்கிறார். தனியே பெண்ணை வளர்த்து இப்போது திருமணமும் செய்து வைக்க போகிறார்.

மாலை பள்ளிக்கு சென்று வந்தவள் குளித்து முடிக்க, நெருக்கமாக கட்டிய மல்லிகை பூவை கொண்டு வந்து படுக்கை அறையில் வைத்தவர். அவளை சீக்கிரம் கிளம்ப சொன்னார். மாதம் ஒரு முறை நடக்கும் இந்த பெண் பார்க்கும் வைபவம் ஆத்விக்கு சலிப்பை கொடுத்தாலும், அம்மா அவளின் ஒருத்திக்காக அனைத்தையும் ஏற்றுக் கொண்டாள். ஆண் துணை எத்தனை முக்கியம் என்று உணர்ந்து இருந்த பார்கவிக்கு மகளின் திருமணம் தான் லட்சியமாக இருந்தது.

மாப்பிள்ளை வீட்டார் வரவும் பார்கவி வரவேற்று நீரும், இனிப்பும் தர, ஆத்வி கையில் காபியுடன் வந்து அனைவருக்கும் கொடுத்து இருந்தாள். மாப்பிள்ளை அவன் தான் என அறிமுகம் செய்ய அவனை ஓரக்கண்ணில் பார்த்து விட்டு அம்மாவின் அருகில் வந்து நின்று விட்டாள். சிறிது நேரம் அங்கே பெரிய மௌனம். மாப்பிள்ளையாக வந்த சிவனேஷ் அமைதியாக ரசித்து காஃபி குடிக்க, அனைவரும் அவன் முடிவை அறிய அவன் முகம் பார்த்து காத்து இருந்தனர். காஃபி குடித்து முடித்தவன்,

" ஆத்விகா உங்களோட தனியா பேசணும். ரூம் உள்ள வாங்க " சொல்லிவிட்டு அவன் எழுந்து அறைக்குள் முன்னே செல்ல, ஆத்வி தாயின் முகம் பார்த்து நிற்க,

" உள்ள வாங்க ஆத்விகா, பேச மட்டும் தான் போறேன். பயம் வேண்டாம், எதும் செய்ய மாட்டேன்."

" போ மா.. தம்பி என்ன சொல்றார் கேட்டு வா " பார்கவி சொல்ல, அறைக்குள் சென்று இருந்தாள்.

அவனோ ஓய்வாக தலையணையில் சாய்ந்து கொண்டு, புது மாப்பிள்ளை முதலிரவுக்கு காத்து இருப்பது போல அமர்ந்து இருந்தான். உள்ளே வந்தவள் அவனை கண்டு விழிக்க,

" உக்காருங்க ஆத்விகா. கொஞ்சம் பேசனும். "

" சொல்லுங்க "

" எனக்கு பெருசா சொந்தம் எல்லாம் இல்ல ஆத்விகா, ஒரே அக்கா தான். அவளும் அப்பா, அம்மா இருக்கிற வரை உறவில் இருந்தா, இப்போ அவங்க ரெண்டு பேரும் இல்ல அவ உறவும் இல்ல. கொஞ்ச நாள் மாமா பணத்துக்காக உறவு வெச்சு இருந்தார். ஒரு நாள் அது தெரியவும் அவரும் பேசுறது இல்ல. சித்தி, சித்தப்பா, அத்தை, மாமா

எல்லாரும் என்னோட வந்து இருந்தாலும் யாரும் எதையும் எனக்குன்னு பொறுப்பு எடுத்து செய்ய இல்ல. அப்படியே செய்தாலும் அதில் அவங்க சுயலாபம் இருக்கும். "

" இதெல்லாம் எதுக்கு எனக்கு சொல்றீங்க? அதை முதலில் சொல்லுங்க.. "

" எனக்கு உன்னை ரொம்ப பிடிச்சு இருக்கு, நாளைக்கு நமக்கு கல்யாணமானதும் நம்ம தனியா இருக்க வேண்டாம், அத்தையையும் நம்மோட கூப்பிட்டு போய்டலாம். எனக்கும் அம்மாவா அவங்க இருக்கனும். என் சொந்தம் உன்னை பெருசா கவனிக்காது தான். ஆனா நான் உன்னை என் கண்ணில் வெச்சு தாங்குவேன் ஆத்விகா, உன் முடிவை சொல்லு மா "

" எனக்கும் சம்மதம் தான். ஆனா ஒரு கண்டிசன் இருக்கு. அதுக்கு உங்க பதில் வெச்சு தான் முழு சம்மதமான்னு சொல்லணும். "

" என்ன கண்டிசன் சொல்லுங்க "

" மறுமணம் பத்தி உங்க கருத்து என்ன சிவா? "

" புரியுது ஆத்வி, எனக்கு இதில் கருத்து சொல்ல எந்த உரிமையும் இல்ல. தனிமையில் தவிச்ச எனக்கு தெரியும் துணை எவ்ளோ அவசியமான ஒன்னுன்னு, அத்தைக்கு நீ செய்ய நினைக்கிறது ரொம்ப சரி. என் துணை இதில் உனக்கு எப்பவும் உண்டு. "

ஆத்விகா கண் கலங்கி அமர்ந்து விட, சிவா சட்டென எழுந்து அவள் அருகில் வந்து அமைதியாக நின்று இருந்தான்.

" என் அம்மா பாவம் சிவா. விவரம் தெரியாத பதினாறு வயசில் கல்யாணம், அடுத்த வருஷம் குழந்தையா நான், உடல் அளவில் தாம்பத்திய வாழ்க்கைக்கே தயாராகாத அவங்களுக்கு குழந்தையா நான் பிறக்கவும் சத்து குறைபாடு, பொண்டாட்டியை கண்ணுல தாங்காம, அவர்

சுகம் மட்டுமே முக்கியம்னு அம்மாவை விட்டு வேற ஒருத்தி கூட போன அப்பா, இதோ என்னோட 24 வயசில் வாழாவெட்டி, சொந்த ஊரை விட்டு இங்க வந்து பெண் குழந்தை என்னையும் வெச்சுட்டு, அவங்களையும் பாதுகாத்து, என்னையும் பாதுகாத்து, தினம் தினம் வேதனை அவங்களுக்கு, ஆதரவா சாய துணை இல்லாத வாழ்க்கை அவங்களுக்கு, அவங்களுக்கு ஒரு துணையை தேடி தரணும் சிவா."

" உங்களுக்கு முன்னாடி பொண்ணு பார்க்க வந்தவன் என்னை கட்டிகிட்டு என் அம்மாவை வெச்சுக்கறேன் என்கிட்டயே சொன்னான். கன்னத்தை பழுக்க வெச்சு தான் அனுப்பினேன். உங்க ஆளுமையான நடவடிக்கையை பார்த்ததும் நீங்களும் இப்படி தானோ நினைச்சேன். ஆனா நான் சொல்லாமையே எல்லாத்தையும் புரிஞ்சுகிட்டீங்க, தாங்க்ஸ் சிவா "

" சரி எழுந்து மேல உக்காரு, அழாத ஆத்விகா பிளீஸ். "

" சாரி.. உணர்ச்சி வசப்பட்டு.. சாரி.. எனக்கு முழு சம்மதம். முதலில் நம்ம கல்யாணம். அப்புறமா தான் அம்மாக்கு, நீங்களும் சேர்ந்து உங்க அம்மாவை சம்மதிக்க வைக்க உதவி செய்யனும். மாப்பிள்ளை நீங்க சொன்னா கேட்க அதிக வாய்ப்பு இருக்கு. "

" ரொம்ப தப்பு. கல்யாணம் ஆகிட்டா அவங்க விலகி நம்மை விட்டு எங்கையாவது போக வாய்ப்பு உண்டு. முதலில் அம்மா கல்யாணம், அவங்க தம்பதியா நம்மை ஆசிர்வாதம் பண்ணட்டும். மாட்டேன் சொன்னா உங்க பொண்ணு கழுத்தில் தாலி ஏறாது அத்தை சொல்லணும். கண்டிப்பா இதுக்கு அவங்க யோசிப்பாங்க. "

" சிவா.. ரியலி நீங்க வேற லெவல் பா, உண்மையா உங்க ஐடியா நல்லா இருக்கு "

" முதலில் நம்ம நிச்சயம், அடுத்து அத்தை கல்யாணம், அப்புறம் நம்ம கல்யாணம். அதுவரைக்கும் கொஞ்சம் காதல், நிறைய புரிதல் சரியா? "

சட்டென வந்து ஒட்டிக்கொண்ட நாணத்தில் அவள் தலை குனிந்து சரியென தலை அசைக்க, சிவனேஷ் பெரிதாய் சிரித்து அறைவிட்டு வெளியே வந்து சம்மதம் சொல்ல, ஆத்வியின் சம்மதம் கேட்க அறைக்குள் சென்ற பார்கவி மகளின் நாணம் கண்டு பூரித்து போக, அவளின் வாய் வழியே கூற சொல்லி சம்மதத்தை வாங்கி இருந்தார். பின் பெரியவர்கள் பேசி நிச்சய தேதியை குறிக்க, சிவா அவளின் கையில் அவனின் விசிட்டிங் கார்டை கொடுத்து விட்டு விடைபெற்று இருந்தான்.

3

கண்மணி 25 வயது, பார்க்க ஐஸ்வர்யா ராஜேஷ் போல தோற்றம். படிப்பு பனிரெண்டாம் வகுப்பு முடித்து டாலி (tally) மென்பொருளை பயின்று இருந்தாள். திருமணமாகி எட்டு மாதம் கடந்து இருந்தது. அவளின் சொந்த அத்தை மகன் பிரபாகரனை தான் விரும்பி திருமணம் செய்து கொண்டாள்.

பிரபாகரன் இல்லம் வரவும் வாசலில் நின்று அவனை வரவேற்க, அவளை நிமிர்ந்து கூட பார்க்காது வீட்டின் உள்ளே சென்று இருந்தான். அவள் காஃபி கொடுக்க, வேண்டாம் என்று மறுத்தவன் உடை மாற்றி அவன் அறைக்குள் அடைந்து விட்டான். இரவு உணவுக்கு அழைக்கவும் உண்ண அமர்ந்தவன் பரிமாறும் அவளை சட்டென முறைத்து இருந்தான்.

" கண்மணி, போ நைட்டி மாத்திட்டு வா "

" நீங்க சாப்பிடுங்க மாமா, தூங்கும் போது மாத்திக்கறேன். "

" நான் இப்போ சாப்பிடனுமா? வேண்டாமா? "

" நான் புடவை கட்டி இருக்கிறதுல உங்களுக்கு என்ன மாமா பிரச்சனை? "

" இடுப்பை என் மூச்சிக்கு நேரா காட்டிட்டு நிக்காத, ஏன் இப்படி அசிங்கமா தர லோகலா நடந்துக்கற? அமைதியா விலகி போனா ஏன் இப்படி இம்சை பண்ற?"

பிரபா சொன்னதை கேட்டு அறைக்குள் சென்றவள் உடை மாற்றி வர, அவன் உணவு மேஜை விட்டே எழுந்து சென்று இருந்தான். கண் கலங்க நின்று இருந்தவள் வாசலில் அத்தையும், மாமாவும் வரும் சத்தம் கேட்டு கண்ணை துடைத்து அவன் தட்டில் அமர்ந்து உண்ண ஆரம்பித்து இருந்தாள்.

" கோவிலில் ரொம்ப கூட்டம் இன்னிக்கி, பொறுமையா நின்னு காத்திருந்ததால் நல்ல தரிசனம் கிடைச்சது. சரி அவன் சாப்பிட்டானா? "

" இல்ல அத்தை அவருக்கு இடியாப்பம் வேண்டாம் சொல்லிட்டார். "

அப்போது சரியாய் பிரபாகரன் உடை மாற்றி அறை விட்டு வெளியே வர,

" ஏன் பிரபா உனக்கு இடியாப்பம் பிடிக்கும் தானே? சாப்பிடு, எங்க வெளிய போற இந்நேரம்? "

" வெளிய போறேன்.. ப்ரெண்டை பார்க்க " சொன்னவன் வெளியே சென்று விட,

கண்மணி கண்ணில் தேங்கிய கண்ணீருடன் அமைதியாய் உணவை உண்டு கொண்டு இருந்தாள். அவளின் வாழ்வு இந்த இடியாப்பம் போல சிக்கலானது. ஆனால் அவளின் பொறுமை எந்த சிக்கலையும் கையாளும் பக்குவம் கொண்டது. அத்தையும் மாமாவும் வந்து உண்ண அமரவும் அவர்களுக்கும் பரிமாறி மூவரும் உண்டு எழ, அமைதியாய் எடுத்து வைத்து விட்டு அவர்களின் அறைக்குள் சென்று இருந்தாள்.

இரவு மணி பதினொன்றுக்கு இல்லம் வந்து சேர்ந்தான் பிரபாகரன்.

அறைக்குள் வந்தவனை அமைதியாக அமர்ந்து பார்த்து கொண்டு இருந்தாள்.

" சாரி கோவத்தில் வார்த்தையை விட்டேன். நீ எதேச்சையா கூட புடவையை அப்படி கட்டி இருக்கலாம். நீ பரிமாறும் போது என் கண்ணுக்கு அதை அதிகம் காட்டினது போல தோணவும் கோவத்தில் பேசிட்டேன். "

" உங்க மேல தப்பில்ல.. நான் வேணும் தான் செய்தேன். எதையும் செய்து உங்களை என்னோட சேர வைக்க முயற்சி. அதில், இன்னிக்கி உங்க மன கிளர்ச்சியை தூண்டி விட முயற்சி செய்தேன். ரொம்ப கீழ்த்-தரமான காரியம் தான். ஆனா எனக்கு என்ன செய்தா, உங்க மனசு என் பக்கம் திரும்பும்னு தெரியல. எல்லா ஆம்பளை போல உங்களுக்-கும் சபலம் இருக்கும்னு.."

" நானும் உணர்வு உள்ள ஆம்பள தான். எனக்கும் சபலம் உண்டு தான். ஆனா அது எல்லா பொண்ணுக்கிட்டயும் வராது. எனக்கு உரிமை உள்ள இடத்தில் தான் வரும். கொஞ்ச நாளில் டிவோர்ஸ் தரேன். உனக்கு பிடிச்ச ஒருத்தனை கல்யாணம் பண்ணிட்டு சந்தோசமா இரு. "

" ஏன் மாமா.. உன் அத்தை பொண்ணு என் மேல கொஞ்சம் கூட அன்பு, காதல், ஆசை எதும் இல்லையா? எனக்கு நீன்னு சொன்னா உயிர் மாமா.. அத்தை கல்யாணத்துக்கு முன்னாடியே உன் காதல் பத்தி சொல்லி இருந்தா விலகி இருப்பேன். இப்போ நான் என்ன செய்வேன் மாமா? நெஞ்சு எல்லாம் உனக்கு உன் திவ்யா இருக்கிற மாதிரி எனக்கு நீ தான் மாமா. "

" நான் தான் கல்யாணத்துக்கு முன்னாடியே உன்கிட்ட பேசும் போது விருப்பம் இல்ல, திவ்யா தான் என் வாழ்க்கைன்னு சொன்னேன் தானே? எதையும் பொய் சொல்லி உன்னை கல்யாணம் பண்ணல நான், அப்பவும் இப்பவும் என் முடிவில் மாற்றம் இல்ல கண்மணி. "

" அப்போ என் கழுத்தில் தாலி கட்டாம இருந்திருக்கனும் நீங்க, தாலி கட்டின அப்புறம் பொண்டாட்டியை விட்டு வேற ஒருத்தி நினைப்பில் இருக்கிறது சரியா? "

" திவியை மறைச்சு வெச்சு, எதும் தெரியாத அவளை மிரட்டி, கொஞ்ச நஞ்சமா உன் அண்ணன் செஞ்சான்? ஏன் உனக்கு இது ஒன்னும் தெரி-யாது? என் அம்மா கூட சேர்ந்து உன் அண்ணன், உங்க குடும்பமே என்னை மிரட்டி தானே தாலி கட்ட வெச்சாங்க? "

" அதெல்லாம் முடிஞ்சு எட்டு மாசமாகுது மாமா. இன்னும் மனசு மாறாம பழசை பிடிச்சுட்டு நிக்காத, எனக்கும் மனசு இருக்கு, அதில் உன் மேல மலையளவு காதலும் இருக்கு. என் அன்பை புரிஞ்சுக்க மாமா பிளீஸ். "

" வாய்ப்பே இல்ல கண்மணி. ஒரு வகையில் உன்கிட்டயும் தான் நான் கெஞ்சினேன். நீயும் எதும் செய்யல, வற்புறுத்தி கல்யாணம் மட்டும் தான் பண்ண முடியும், என்னை உன்னோட வாழ வைக்க முடியாது. என் திவி கிடைக்கிற அன்னிக்கு யார் தடுத்தாலும் நான் உன்னோட இருக்க மாட்டேன். "

" நீ இல்லாம நானும் உயிரோட இருக்க மாட்டேன் மாமா. நான் அன்-னிக்கி எதும் செய்யல தான், காரணம் என் காதலும் அன்பும் உன் மனசை மாத்தும்னு எனக்கு நம்பிக்கை இருந்தது, இன்னும் இருக்கு. ஒரு நாள் நம்ம சந்தோசமா வாழ தான் போறோம். அப்போ என் அன்பு உனக்கு புரியும். "

" போதும்.. உன் புலம்பலை நிறுத்து, இல்ல இனி ரூம் உள்ள கூட வர மாட்டேன். உனக்கு புருஷனா இருக்கனும் எனக்கு எந்த அவசி-யமும் கிடையாது. என்னோட எந்த உணர்வுகளுக்கும் இங்க மரியாதை இல்ல. உன்கிட்ட என்னோட உணர்வுகளை காட்ட வேண்டிய அவசிய-மும் இல்ல."

அவன் பேசிய வார்த்தைகள் நெஞ்சை சுட, கண்மணி அமைதியாக

அவளின் இடத்தில் படுத்து விட, உடை மாற்றி வந்தவன், அவள் அருகில் முதுகு காட்டி படுத்து கொண்டான். கண்மணிக்கு அவள் இடத்தில் சொல்லவும் சில நியாயங்கள் இருக்கிறது. காலம் வரும் போது கணவனிடம் சொல்வாள்.

பிரபாகரன் வயது 29. கருப்பான களையான ஆண் அழகன். சொந்தமாக இரண்டு கூரியர் ஏஜென்ஸி வைத்து நடத்துகிறான். கையை கடிக்காத நல்ல வருமானம். அப்பா, தாத்தாவின் சொத்துகளுக்கு ஒரே வாரிசு. அம்மா, அப்பா இருவருக்கும் செல்லம். வாழ்க்கை வசந்தமாக சென்றது ஒரு வருடம் முன்பு வரை,

வீட்டில் திவ்யாவை நேசிப்பது தெரிந்த நொடியில் இருந்து அவன் வாழ்வில் நரகம் தான். அந்தஸ்த்தை பார்த்து பெற்றவர்கள் மறுக்க, இவனோ அவள் தான் வேண்டும் என்று பெற்றவர்களிடம் சண்டை பிடிக்க, பிராவின் அப்பாவும் அம்மாவும் பெண் பார்க்க செல்வது போல சென்று, திவ்யாவின் நடத்தையை தவறாக பேசி, காசை கொடுத்து அவளின் மானத்தை விலை பேச, அதை கேட்ட அவளின் தம்பி கோவத்தில் வாய் விட, அங்கு பெரிய சண்டையாகி, பிரபா சென்று விலகி விட்டு, மன்னிப்பு கேட்டும் திவ்யாவின் அம்மா பெண் தர மறுத்து விட, பிரபா அமைதியாக இல்லம் வந்து சேர்ந்து இருந்தான்.

இனி வீட்டில் பேசி சம்மதம் பெற்று இருவரும் சேர முடியாது என, திவ்யாவிடம் பேசி வீட்டை விட்டு வெளியேறி ரெஜிஸ்டர் திருமணம் செய்து கொள்ள அனைத்தும் தயார் செய்து இருந்தான். அவளை அழைக்க சென்றவன் தெரு முடிவில் காத்து இருந்து, அலைபேசிக்கு முயற்சி செய்தால் ஸ்விட்ச் ஆஃப் என்று வந்தது. அவள் வீட்டில் என்ன நிலவரம் என்று அறியாது சோர்ந்து கவலையில் இல்லம் வந்தவனுக்கு அவனின் திருமண செய்தி தான் அவனை வீட்டின் உள்ளே வரவேற்றது.

அதன் பின் திருமணம் வேண்டாம் என மறுத்தும், பிடிக்கவில்லை என கெஞ்சியும், கண்மணியிடம் பேசியும் எதுவும் நடக்கவில்லை. திவ்யா உயிரோடு இருக்க வேண்டும் என்றால் தாலிக்கட்டு என்று

சொல்லி தாயும், கண்மணியின் அண்ணனும் மிரட்ட, கையாளாகதவன் போல அவர்களின் பேச்சை கேட்டு பொம்மை போல திருமணம் முடிந்து இருக்க, அடுத்த நாள் திவ்யா இல்லம் நோக்கி சென்றவனுக்கு அவனின் தம்பியின் கோவமும், அடியும் உதையும் தான் கிடைத்தது. உண்மையில் திவ்யாவை பிடித்து தான் வைத்து இருந்தனர். திவ்யா எங்கே சென்றால் என்றே தெரியவில்லை. திருமணம் முடிந்தும் கண்மணியை கண்ணிலும் தீண்டாது ஒதுங்கி, ஒதுக்கியே வாழ்ந்து கொண்டு இருக்கிறான்.

ஆனால் கண்மணியோ அவனை அவளின் பொறுமையில் கரைக்க முயன்று கொண்டு இருக்கிறாள். அன்பும் காதலும் அவனிடம் வேலை செய்யாது போய் இருந்தது. திவ்யா பற்றியே சிந்தித்துக் கொண்டு இருப்பவனுக்கு இவளின் அன்பும் காதலும் எங்கே தெரியும்?

திவ்யா பிரபாவின் வாடிக்கையாளராக வந்தவள் இன்று பிரபாவின் உயிராக மாறி இருந்தாள். பிரபாவின் திருமணம் நடக்க வேண்டி அவளை அவளின் வீட்டை விட்டு வெளியேற முடியாத அளவுக்கு அவள் வீட்டிலேயே மிரட்டி வைத்து இருந்தனர். அம்மாவிற்கும் தம்பிக்கும் எந்த துன்பமும் வேண்டாம் என்று வீட்டின் உள்ளேயே சிறை வாசம் அனுபவித்து, தெரிந்தே காதலை இழந்தவளுக்கு அதன் பின் அங்கு இருக்க பிடிக்காது பெங்களூர் சென்று விட்டாள். அன்னையும் தம்பியும் விட்டு அங்கேயே வேலை தேடி கொண்டாள். அவளின் வாழ்க்கை முறையே மாறி போய் இருந்தது. அவளோ அங்கே பிரபாவை மறக்க முடியாத நிலையில் அவன் மீது கொண்ட காதலிலும், வெறுப்பிலும் பைத்தியம் போல வாழ்கிறாள். அவளின் வாழ்வில் பிரபா இல்லாதது பெரிய பெரிய மாற்றங்களை தந்து இருந்தது.

இங்கே பிரபா - கண்மணி இருவரில் ஒருவர் எப்படியும் விட்டு கொடுத்தால் தான் நிம்மதி கிடைக்கும். அவனுக்காக இவள் விலகி செல்வாளா? அவளின் அன்பு புரிந்து இவன் நெருங்கி வருவானா? அல்லது மூவரில் யார் வாழ்வில் யார் நுழைவார்கள்? யார் விலகி செல்வார்கள்? யாரின் அன்பு இங்கே மிகை என யார் அறிவார்கள்? அன்பு எதையும் செய்யும்.

4

செல்வ சரவணன் வயது 29, வீட்டின் மூத்த ஆண் குழந்தை. அவனுக்கு அடுத்து ஆர்த்தி, அர்ச்சனா என இரண்டு பெண்ணும், சந்தோஷ், ஹரிஹரன் என இரண்டு ஆண் என மொத்தம் ஐந்து பேர். யாரும் மீது அன்போ, அக்கறையோ, பொறுப்போ இல்லாத அப்பா, அவருக்காக செலவில் சிக்கனமாகவும், அன்பில் வள்ளலாகவும் மாறி போன அம்மா.

வீட்டின் சம்பாத்தியம் சரவணனும், ஆர்த்தியும், அவர்களின் அம்மாவும் தான். மீத மூவரும் படிக்க, அவர்களின் அப்பா மட்டும் எதற்கு இருக்கிறார் என்று அறிய முடியாத வகையில் அந்த வீட்டில் வாழ்ந்து வந்தார்.

சரவணன் பார்க்க லட்சணமாக இருப்பான். வயது 29 ஆகி இருந்தாலும் 25, 26 வயது என்று சொல்ல வேண்டும். திக்கி முக்கி அவன் சேர்ந்து இருந்த ஐடி துறையில் அவனின் நண்பர்களும், உடன் வேலை செய்பவர்களும் வாழும் வாழ்க்கை கண்டு அவனுக்கும் இப்படி வாழ ஆசை தான். ஆசை மட்டும் இருந்ததே தவிர ஒரு நாளும் அவன் முயன்றது இல்லை. மூத்தவன் என்பதோடு தங்கைகள் தம்பிகள் மீது கொண்டு இருந்த அன்பு அவனை, இதை போல ஆசைகளை மட்டும் வைத்து கொள்ள அனுமதித்து இருந்தது.

ஆர்த்திக்கு நல்ல இடத்தில் திருமணம் செய்து விட்டு, ஹரியை கல்லூரியில் சேர்த்து விட்டு தான் அவன் திருமணம் என்று முடிவு செய்து இருந்தான். அதுவும் அம்மா தான் பார்க்க வேண்டும். அவனுக்கு காதல் அழைப்பு வராமல் இல்லை. வந்த அழைப்புகளுக்கு எல்லாம் அவன் மறுத்து அவனின் குடும்ப நிலையை சொன்னதில் இருந்து காதல் அழைப்புகள் குறைந்து, ஒரு காலத்தில் நின்றும் போய் இருந்தது. நான்கு சகோதரர்களுக்கு அண்ணன் என்பதே அவனை பெண்கள் ஒதுக்க காரணமாக இருந்தது.

எத்தனை சீர், கடமைகள், கடன்கள் என்று யோசித்து, அவர்களுக்கு என்று பெர்சனல் என்று எதும் இருக்காது என்றும், சொந்த ஊர் விட்டு வெளிநாடுகளுக்கு வர மாட்டான், தனி குடித்தன வாய்ப்புகள் இருக்காது என்று எல்லாம் கணக்கு போட்டவர்கள் இவனை ஒதுக்கி இருந்தனர். சரவணனும் நட்போடு பேச்சை நிறுத்தி இருந்தான். அவனுக்கான ஒருவளை அவன் தாய் கண்டு பிடிப்பார் என நம்பிக்கொண்டு இருக்கிறான்.

இவன் மட்டுமே காதலை உணராது பொறுப்பு என்று இருக்க, தங்கைகள் இருவரும், தம்பிகள் இருவரும் காதலை உணர்ந்து இருந்தனர். ஒருவருக்கு தெரியாது ஒருவர் மறைத்து இருந்தாலும் சரவணன் அறிந்து இருந்தான். நால்வரின் வயதையும் தாண்டி வந்தவனுக்கு அவர்களின் மாற்றம் தெரிந்து தான் இருந்தது. ஆர்த்தி இலைமறையாய் வீட்டில் கொஞ்சம் அவள் விருப்பம் பற்றி கூறியும் இருந்தாள். ஆர்த்தியின் திருமணம் பற்றிய பெரிய கனவில் இருந்தான் சரவணன்.

தங்கைகள் இருவரின் காதலும் அவனின் அன்புக்கு அடியாய் விழ போகிறது என அறிந்து இருந்தால், அம்மாவையே அனைவருக்கும் துணை தேட சொல்லி இருப்பானோ என்னவோ? அப்பா இல்லாத அவர்களுக்கு அப்பாவாக இருப்பவனுக்கு அவர்களின் காதல் என்ன வலிகளை தர காத்து இருக்கிறதோ?

ஆர்த்தி வயது 26. செய்தி துறையில் வேலை. செய்திகளை எடிட் செய்து டைப் செய்யும் வேலையில் இருக்கிறாள். அவளின் மேல் அதிகாரியான ரிஷிவர்தன் தான் அவளின் காதலன். இருவருக்கும் காதல்

கரையை கடக்க, ரிஷிவர்தன் வீட்டில் இருந்து முறையாய் பெண் கேட்க முடிவும் செய்து இருந்தனர். ஆர்த்தியின் அழகும், அவள் வேலையில் காட்டும் பொறுப்பும் இயல்பாகவே ரிஷியை கவர்ந்து இருக்க, அவன் குடும்பத்தையும் கவர்ந்து இருந்தது. சாதி தடையாக இருந்தும், ஆர்த்தியின் அனுபவமும், வேலையில் உள்ள அறிவு நுட்பமும், அவளின் சம்பளமும் சரியென சம்மதிக்க காரணமாக இருந்தது.

ஆர்த்திக்கும் காதல் கண்ணை மறைக்க ரிஷி மட்டுமே இப்போது எல்லாம் அவளின் கவனத்தில் நின்று இருந்தான். அவனை திருமணம் செய்து கொண்டால் வாழ்வு இன்பமாக இருக்கும் என்றும், எதற்கு எடுத்தாலும் அனுசரித்து போ என்று சொல்லும் அந்த அனுசரிப்பில் இருந்து விடுதலை பெறலாம் என எண்ணிக் கொண்டாள்.

அர்ச்சனா வயது 24. முதுகலை முடித்து, ஒரு வருட சர்டிஃபிகேட் கோர்ஸ் ஒன்றை படித்து கொண்டே பகுதி நேர வேலையாக ஒரு பொட்டிக் ஒன்றில் வேலை செய்து வருகிறாள். அந்த கடையின் முதலாளி தான் அவளின் காதலன். சரவணன் தங்கை காதல் செய்கிறாள் என்று அறிந்து இருந்தானே தவிர, அவளின் காதலன் அந்தஸ்த்தை தொட முடியாத உயரத்தில் இருக்கிறான் என்று அறிந்து வைத்து இருக்கவில்லை. அதுவே அவனின் அன்புக்கும் அக்கறைக்கும் பெரும் இடியாய் விழ இருக்கிறது.

சந்தோஷ் வயது 23. முதுகலை இறுதி ஆண்டு படித்து கொண்டு இருக்கும் மாணவன். வீட்டின் மீதும் அண்ணனின் மீது அதிக அன்பும் பற்றும் கொண்டவன். சரவணன் அடுத்து பொறுப்பான ஒருவன் என்றால் வீட்டில் இவன் தான். அண்ணனுக்கு துணையாக டெலிவரி பாய் வேலை பார்ப்பவன், சம்பளம் முழுவதையும் அண்ணன் கையில் கொடுத்து இருந்தான். அவனின் காதலியோ பெரிய குடும்பம் உள்ள நடுத்தர வீட்டு பெண். அவர்களின் காதலை அவள் வீட்டில் சொல்லி இருந்தவன், அக்காக்களின் திருமணமும், அண்ணனின் திருமணமும் முடிந்து தான் முறையாக செய்து கொள்ள முடியும் என்று கூறி இருந்தான். சரவணன் கூட இதை அறிந்திருக்கவில்லை என்பது தான் ஆச்சரியம் இதில்.

கடைக்குட்டி ஹரிஹரன் வயது 18. பள்ளி முடித்து கல்லூரியில் சேர தயாராக இருக்கிறான். வீட்டில் அனைவருக்கும் செல்லப்பிள்ளை. அவன் எது கேட்டாலும் கிடைக்கும். சரவணன் மற்றும் அவர்களின் அம்மா ராஜேஸ்வரி தான் அவனுக்கு எல்லாமே, பத்து வயதுக்கும் மேல் சிறியவன் என்பதால் சரவணன் இதுவரை அவனை கடிந்து கூட பேசியது இல்லை. ஆனால் அனைவரை விடவும் வயதுக்கு மீறிய முதிர்ச்சி இருந்தது அவனுக்கு, உள்ளதை உள்ளது போல சொல்லிவிடும் குணமும் உண்டு.

மகன்கள் மூவரும் அப்பனை போல இருக்க கூடாது என்ற பொறுப்பில் சிறந்து விளங்க, மகள்கள் இருவரும் அம்மா போல தங்களின் துணை விஷயத்தில் ஏமாந்து விட கூடாது என அறிவாக இருப்பதாக நினைத்து கொண்டு இருக்கின்றனர். பெரிய இடத்தில் வாக்கப்பட்டு சென்று விட்டாள் இப்படி வறுமையோடு அனுசரிக்கும் நிர்பந்தம் இருக்காது என்பது அவர்களின் எண்ணம்.

அன்று ஆர்த்தியை பெண் கேட்டு வந்து இருந்தனர் ரிஷியின் வீட்டில் இருந்து, மெல்ல இருவரின் காதலை பற்றி கூறி, பின் அவர்களின் சம்மதம் பற்றி கூறி, சரவணனின் சம்மதம் கேட்டு நின்று இருந்தனர். சந்தோஷ் மட்டும் எதோ சரியில்லை என்று மனம் சொல்வதை ஆராய்ந்து நின்று இருக்க, சரவணன் அம்மாவை பார்க்க, அவரோ சம்மதம் என்று கூறி இருந்தார்.

ரிஷி பார்க்க மீசை இன்றி ஹிந்தி பட ஹீரோ போல இருக்க, அவனின் தோற்றமும், வேலையும் அவனுக்கு ஒரு மிடுக்கை கொடுத்து இருந்தது. வேறு சாதி என சரவணன் அப்போதும் தயங்க, ரிஷி வீட்டில் அதற்கு எந்த தடையும் இல்லை என்று கூறி விட, அர்ச்சனா சம்மதம் சொல்ல சொல்லி அவளின் அம்மாவிடம் சைகை காட்டி சொன்னாள்.

" எங்களுக்கும் சம்மதம் தான். ஆனா கல்யாணம் மட்டும் இன்னும் கொஞ்ச நாள் கழிச்சு வைக்கலாம். பையன் இப்போ தான் பாதி சேமிப்பை முடிச்சு இருக்கான். "

" கண்டிப்பா.. என்ன தான் இது காதல் கல்யாணமா இருந்தாலும் செய்ய வேண்டியதை செய்து தானே ஆகனும்? நாளைக்கு நீங்க உங்க பொண்ணுக்கு எதும் குறை வெச்ச மாதிரி ஆகிட கூடாது இல்லையா? எங்க முறையில் கல்யாண செலவு முழுக்க பெண் வீடு தான், பொண்ணுக்கு தாலி எடுக்கிறது தான் செலவு, பொன்னுறுக்கு விழாவா செய்வோம் நாங்க, துணி, பாத்திரம், பண்டம், நகை ஒரு 50 சவரன் போடுவீங்க தானே? "

ராஜேஸ்வரி அவர்கள் பேசியதை கேட்டு விழிக்க, சந்தோஷ் மனம் சொன்னது போல இது ஆகாது என கோவத்தில் நின்று இருக்க, ஹரி வாய் பிளந்து அண்ணனை பார்க்க,

" அவ்ளோ தானே சார் செய்திடுவோம். என் தங்கச்சிக்கு நல்ல இடத்தில், அவ மனம் போல கல்யாணம் நடக்க போகுது அதில் எங்களுக்கும் சந்தோசம் தான். அவ நல்லா இருந்தா தானே எங்களுக்கு நிம்மதி. "

" தம்பி ரிசப்ஷனும் அருமையா செய்துடனும். நமக்கு சொந்தம் பெருசு, அதனால் மரியாதைக்கும் வழக்கத்துக்கும் எல்லாரும் துணி எடுத்து கொடுத்துரனும். ரிஷி எங்களுக்கு ஒரே பையன் எல்லாமே பெருசா செய்து பார்க்க ஆசை எங்களுக்கு, எங்க அந்தஸ்த்தில் நீங்க இல்லைனாலும் குறை இல்லாம செய்தா போதும். "

ராஜேஸ்வரி யோசிக்க, சரவணன் சம்மதம் என்று சொல்ல, சந்தோஷ் முகத்தில் அதிர்ச்சி, அர்ச்சனா முகத்தில் புன்னகை. ஹரி எதுவும் பேச முடியாது அமைதியாய் அமர்ந்து கொண்டான். வந்தவர்கள் நிச்சய தேதி பார்த்து விட்டு மேற்கொண்டு பேசலாம் என கூறி சென்று இருந்தனர். அவர்கள் தலை மறையவும் சந்தோஷ்,

" அண்ணா உன் சேமிப்பு இருக்கு சரி தான் அதை வெச்சு ரெண்டு பேருக்கு கல்யாணம் பண்ணனும். நீயும் அதுக்கு அப்புறம் தான் பண்ணனும். கல்யாணம் மட்டுமா இருக்கு? அதுக்கு அப்புறமும் சீர் செய்யனும் தானே? நீ ஒன்னும் கோடீஸ்வரன் இல்ல. எத்தனை செய்வ

சொல்லு? " சந்தோஷ் பேச, ஆர்த்தி கோவமாக நிற்க,

" டேய் அக்காக்கு எதும் செய்யாம அனுப்ப சொல்றியா? முதல பெரி-யவங்க இருக்கும் போது உனக்கு என்னடா பேச்சு? " அர்ச்சனா திட்ட,

" ரெண்டு பேரும் அமைதியாய் இருங்க, அண்ணா தானே எனக்கு செய்ய போறார்? நீங்க ஏன் சத்தம் போட்டு இருக்கீங்க. " ஆர்த்தி கூற,

" சந்தோஷ் ஒரே முறை தான் கல்யாணம். ஆர்த்திக்கு பிடிச்ச பையனை தானே கல்யாணம் பண்ணி கொடுக்க முடியும்? கொஞ்சம் கையை இறுக்கும் தான் சமாளிப்போம்."

" அம்மா நீ எதும் பேச மாட்டியா? அண்ணன் தலையில் இன்னும் எவ்ளோ மா சுமை வைக்க போற? " சந்தோஷ் கேட்க, ஆர்த்தி அவனை அறைந்து இருந்தாள்.

" ஓ நான் உங்களுக்கு எல்லாம் சுமை இல்லையா? நல்லா இருக்கு எல்லா கஷ்டத்தையும் நானும் தான் தாங்கிட்டு, பகிர்ந்து வந்து இருக்-கேன். வீட்டுல நாலு ஆம்பளைங்க இருந்தும் இப்படி ஒரு பேச்சு இல்ல? " ஆர்த்தி கேட்க,

" எல்லாம் சரி தான். உன் சம்பளம் முழுசா வீட்டுக்கு வரது இல்ல, உன்னை போல தான் அண்ணாவும் படிச்சு வேலைக்கு போறான். நாளைக்கு அண்ணா கல்யாணத்துக்கு நீ எவ்ளோ அக்கா செலவு பண்-ணுவ? தங்கச்சியா உன் பங்கு என்ன? அண்ணன் செய்யுறது மட்டும் கடமை, அன்பு. அதே உன்கிட்ட கேட்டா அமைதி தான் இல்-லையா? தெரியாம தான் கேட்கிறேன் ரிஷி உன்னை தானே காதலிச்-சார்? வரதட்சணை வேணும் கேட்டதும் அவர் மறுத்து ஒரு வார்த்தை கூட ஏன் பேசல? நான் காதலிச்சு கல்யாணம் பண்ணா என் காதலியை கட்டனு துணியோடு கூப்பிட்டு வந்து குடும்பம் நடத்துவேன். ஏன்னா நான் ஆம்பள. அண்ணா செய்வாரு உனக்கு, வாங்கிட்டு திருப்பி உன் நன்றியை மட்டுமாது காட்டு. " ஹரி பேசி முடிக்க, ராஜேஸ்வரி அழுது கொண்டே சமையல் அறை செல்ல, சரவணன் அனைவரையும்

முறைக்க அவரவர் அறைக்குள் சென்று இருந்தனர்.

5

கார்த்திக் அடுத்த நாள் காலையில் லிஃப்ட் முன் வந்து நிற்கவும், சரி-யாய் அவளும் லிஃப்ட் விட்டு வெளியே வந்தாள்.

" ஏய் நில்லுடி, நான் உன்கிட்ட பேசணும்னு சொல்றேன், நீ கண்டுக்காம வர, போற என்னை பார்த்தா எப்படி தெரியுது? "

" என்னடா உன் பிரச்சனை? சரி வா பேசலாம்." நவி அவன் கைப்பி-டித்து அவளின் வீட்டின் உள்ளே அழைத்து சென்று இருந்தாள்.

" சொல்லு டா என்ன சொல்ல போற? என்னவோ உன் பொண்டாட்டி மாதிரி, எல்லார் முன்னாடியும் அடி புடின்னு பேசிட்டு இருக்க? "

" நவி நான் உன்னை எவ்ளோ லவ் பண்றேன் உனக்கு தெரியும் தானே? நீ தான்டி எனக்கு எல்லாமே, நீயே என்னை புரிஞ்சுக்காம இப்படி நடந்தா நான் என்ன செய்வேன்? "

" எனக்கு இல்லையா உன் மேல காதல்? என் அண்ணன்கிட்ட கூட உன்னை பத்தி சொல்லிட்டேன். அண்ணன் உன்னை நேரில் பார்த்து பேசறேன் சொன்ன அன்னிக்கு சாய்ந்தரம்.. யாரு அவ கார்த்திக்? அவகிட்ட நீ அப்படி பேச காரணம் தான் என்ன? அந்த குழந்தை யாரு உன் கழுத்தை அவ்ளோ உரிமையா கட்டிக்கிட்டு.. "

" நவி உண்மையாவே உன் அண்ணன்கிட்ட சொல்லிட்டியா? "

" நான் அவ யாருன்னு கேட்டேன் கார்த்திக் "

" என் ப்ரெண்ட்.. என்னோட காலேஜில் படிச்சவ, ரஞ்சிதுக்கு அவளை நல்லா தெரியும். "

" அவகிட்ட நீ காதலை கேட்க காரணம் என்ன? அந்த குழந்தைக்கும் உனக்கும் என்ன உறவு? அவளை பொது வெளியில் கட்டிப்பிடிக்க அவசியம் என்ன? "

" அது பெரிய கதை நவி, சுருக்கமா சொன்னா, எனக்கு அண்ணியாக போறவ, நான் கேட்ட காதல் எனக்காக இல்ல. "

" கார்த்திக்? "

" நம்புடி பிளீஸ்.. "

" உன்னை நம்பாம வேற யாரை நம்ப போறேன்? ஆனா எனக்கு புரியல கொஞ்சம் விளக்கமா சொல்லு டா. "

" மணி ஒன்பதாக போகுது உன் ரூம் மேட் வர நேரம், சன்டே ரஞ்சித் கூப்பிட்டு உன்னை பார்க்க வரேன். விளக்கமா பேசலாம். நீ ரெஸ்ட் எடு. சோர்வா இருக்க பாரு "

" கார்த்திக் லவ் யூ "

" லவ் யூ டி, சாப்பிட்டு தூங்கு. பை "

கார்த்திக் அவளின் அறை விட்டு வெளியே வர, ரஞ்சித் நின்று இருந்தான். கார்த்திகை கண்டு அதிர்ந்தவன் கேள்வியாக நண்பனை பார்க்க, அவன் பின்னே நவநீதாவும் நிற்க,

" சாரி மச்சி.. லவ் டா.. சண்டை அதான் சமாதானம் செய்ய... "

" ரூம் உள்ள போய் சமாதானம் பண்ற அளவுக்கு லவ்வா மச்சி? "

" டேய்.. ராத்திரி வந்து சொல்றேன்டா, பிளீஸ் இப்போ விடுடா "

" விவேகா யாரு ரஞ்சித் அண்ணா?"

" அவ எங்க ப்ரெண்ட் மா தங்கச்சி "

" அப்போ உங்க கூட பேசணும் அண்ணா "

" ஹேய் நான் சன்டே முழுசா சொல்றேன் சொன்னேன் இல்ல நவி? அவன்கிட்ட போய் கேட்கிறேன் சொல்ற? என்னை நம்பலையா? "

" எனக்கு எல்லாமே தெரியணும் கார்த்திக். லீவ் போடு.. இனி எதையும் யாருக்கும் மறைக்க நான் தயாரா இல்ல. மூடி மூடி வெச்சுது போதும்."

" ஏன்டா என்ன நடக்குது இங்க? " ரஞ்சித் கலவரமாக கேட்க,

" மச்சி ரூம் உள்ள போ. நான் வரேன். நவி குளிச்சுட்டு, சாப்பிட்டு வா, எல்லாமே சொல்றேன். இனி எதையும் மறைக்க நானும் தயாரா இல்ல. எல்லாமே பேசிடுவோம்."

நவி வீட்டின் உள்ளே செல்ல, கார்த்திக் அவன் வீட்டினுள் வந்து விடுமுறை சொல்லிவிட்டு சோஃபாவில் அமர,

" நேத்து தண்ணி அடிச்சுட்டு என் உயிரை வித விதமா வாங்கினது இதுக்கு தானா? எப்போ இருந்து இந்த காதல்? "

" ரெண்டு வருஷமா லிஃப்ட் வாசலில் தான் பார்த்து பேசிப்போம். இன்னிக்கி தான் அவ ரூம் உள்ள போய் பேசினோம்."

" என்னது ரெண்டு வருஷமாவா..? அடேய் பாவி அந்த பொண்ணை பார்க்கிறது கூட எனக்கு தெரியாதே எப்போ டா பேசி, காதல் எல்லாம் பண்ண? "

" அது எல்லாம் கண்ணுல தான். லிஃப்ட் உள்ள தினம் ரெண்டு வார்த்தை தான். அது போக அப்பப்போ மெசேஜ் பண்ணிப்போம். ஆனா நேரில் பேசினது ரொம்ப குறைவு."

" என்ன என்னவோ சொல்ற டா எனக்கு புரியல. இப்போ என்ன சண்டை? "

" அண்ணா - விவேகா விஷயம் தான். ஆரம்பிச்ச இடத்தில் நிக்குது டா. "

" அவளுக்கு திமிர் மச்சி.. நான் அவளோட பேசுறதே இல்ல. அவ தூங்கினா எழுப்ப முடியும், தூங்குற மாதிரி நடிக்கிற அவளை எப்படி எழுப்ப முடியும்? அவ தான் தூங்குற மாதிரி நல்லா நடிக்கிறாளே? "

" அதே தான் மச்சி. நான் சன்டே ஷாப்பிங் போன இடத்தில் சிவானி அவளோட அப்பா பத்தி பேச, இவ குழந்தைக்கிட்ட கத்திட்டா, அவ அழவும் எனக்கு கோவம் வந்து பேசிட்டேன். உடனே சண்டை, அவளை சமாதானம் பண்ண பேச போய் விவேகாவும் அழுது, எதையும் யோசிக்காம அவளை கட்டி ஆறுதல் சொன்ன நேரம் நவி பார்த்து ரெண்டு நாளா அவளோட சண்டை. முடியல டா சாமி. இந்த பொண்ணுங்க மேல அன்பு வெச்சாலே கஷ்டம் தான் போல "

" என்கிட்ட சொல்லவே இல்லையே டா? கேட்டா நான் தான் நெருக்கம் சொல்றது. போடா "

" உனக்கே ஆயிரம் பிரச்சனை இதில் நானும் உன்னை கஷ்டபடுத்த வேண்டாம் தான் சொல்லல "

" என்ன கார்த்திக்.. உன் கஷ்டம் எனக்கும் தான்டா.."

" ஆமா உனக்கும் தான். நீயே சொந்த வீடு, அப்பா வைத்தியம், காதல் கல்யாணம் எல்லாத்தையும் ஒருத்தனா சமாளிச்சுட்டு இருக்க, உன்கிட்ட என் கவலையை சொல்லி கஸ்டப்படுத்தனுமா? "

சரியாய் அந்த நேரம் காலிங் பெல் அடிக்க,

" போ போய் அவளை உக்கார வை. நான் ஃப்ரெஷ் ஆகிட்டு வரேன்."

கார்த்திக் அறைக்குள் செல்ல, ரஞ்சித் அவளை வரவேற்று அமர வைத்து இருந்தான்.

" அவர் வரட்டும், அதுவரை விவேகா பத்தி சொல்லுங்க "

" விவே எங்க ரெண்டு பேருக்கும் காலேஜ் மெட். ரொம்ப வாய் அவளுக்கு, அதில் தான் எங்களுக்கு பிரெண்டான, அது காலேஜ் செகண்ட் யேர் ஓபன் எங்களுக்கு, கார்த்திக்கும் நானும் அவளை ஜூனியர் நினைச்சு கிண்டல் பண்ண, அவளோ செகண்ட் யேர் சொல்லவும் அச்சோன்னு ஆகிடுச்சு. அப்புறம் சாரி சொல்லி ப்ரெண்ட் ஆனோம் எங்க டிபார்ட்மெண்ட் வேற, கிளாஸ்ல கூட நாங்க அட்டகாசம் பண்ணுவோம். "

" கார்த்திக்கோட அண்ணாவை உங்களுக்கு தெரியுமா தெரியல. அஸ்வின் செம்ம கேரக்டர், எல்லா பொண்ணுகளுக்கும் பிடிச்ச பையன் சொல்வோம் இல்லையா? அப்படி ஒரு பையன் அவரு, நாங்க நட்பா கார்த்திக் வீட்டுக்கு போக, இவளோ அவரை கண் வைக்க போய் இருக்கா, இவ பார்க்க, அவர் பார்க்க, ரெண்டு பேருக்கும் காதல். கார்த்திக்கு கூட தெரியாம இந்த ட்ராக் ஓடிட்டு இருக்கிற நேரத்தில் தான் அவருக்கு பொண்ணு பார்த்தாங்க."

" உடனே கார்த்திக்கிட்ட சொல்லி அஸ்வின் அண்ணா உதவி கேட்க, கார்த்திக் ரெஜிஸ்டர் மேரேஜ் பண்ண எல்லா ஏற்பாடும் பண்ணிட்டான்.

இவன் விவேகாவை கூப்பிட போன நேரத்தில் அவன் அம்மா அப்பாக்கு விஷயம் தெரிஞ்சு ரெஜிஸ்டர் ஆஃபீஸ் வந்துட்டாங்க. பெரிய சண்டை, விவேகா வீட்டுக்கு விஷயம் சொல்ல போலீஸ் போகவும் அவளை அடிச்சு கூப்பிட்டு போய்ட்டாங்க. ஆல்ரெடி விவேகாக்கும், அஸ்வின் அண்ணாக்கும் ரெஜிஸ்டர் ஆஃபீஸ் போய் கல்யாணம் பண்ண விருப்பம் இல்ல கார்த்திக் தான் பிடிவாதம் பண்ணி ஏற்பாடு பண்ணான்."

" இதில் இப்படி ஒரு பிரச்சனையாகவும் விவேகா அப்பா ஊரை விட்டு ராத்திரியோட ராத்திரியா அவளை எங்கையோ அனுப்பிட்டார். நாங்களும் ரெண்டு வருஷம் தேடினோம். அப்புறம் எங்களால் முடியல. அஸ்வின் அண்ணாவும் அவரோட அம்மா அப்பாகாக கல்யாணம் பண்ணிட்டு சந்தோசமா வாழ முயற்சி பண்ணார். ஆனா வாழ முடியல. கார்த்திக் தான் தினம் செத்தான். அண்ணா ஒரு பக்கம் நடபிணமா, விவேகா எங்கன்னு தெரியல. அஸ்வின் அண்ணா கல்யாணம் பண்ண பொண்ணு, அதான் அண்ணி அவங்க நல்லவங்க ஆனா அஸ்வின் அண்ணாவோட விலகல் பொறுக்க முடியாம சண்டை போட, அண்ணி வீட்டில் இருந்து கேள்வியா கேட்கவும் அவங்க கூட வாழ ஆரம்பிச்சு இருந்தார். "

" அண்ணி உண்டானதும் எல்லாரும் அமைதியாக, அஸ்வின் அண்ணனுக்கு பிடிப்பா வந்தான் பரத். பையன் மேல அவர் உயிரை வெச்சார். ஆனா விவேகாவை மறக்கல. இப்படியே போன வாழ்க்கையில் தான் ஒரு நாள் எல்லாரும் திருப்பதி போய்ட்டு வரும் போது டிராவல்ஸ் பஸ்சில் விபத்து. கார்த்தி அம்மா, அப்பா, அண்ணி எல்லாரும் ஸ்பாட் அவுட். அஸ்வின் அண்ணாக்கு காலில் அடி, ஒரு காலை முட்டிக்கு கீழ அவருக்கு எடுத்துட்டாங்க. பரத்துக்கு பார்வை போய்டுச்சு. "

நவி கார்த்திக்கை பார்க்க, அவனோ வாய் மூடி அழுது கொண்டு இருந்தான். அவன் முதுகு குலுங்க நவி அவன் முதுகை தொட, ரஞ்சித் அணைத்து இருந்தான்.

" நாங்க காலேஜ் முடிச்சு வரதுகுள்ள எல்லாமே முடிஞ்சு போச்சு. அஸ்-

வின் அண்ணா நடக்க முடியாம, பரத் சின்ன வயசில் கண் தெரியாம நரகம் அது. கார்த்திக் தான் ரெண்டு பேரையும் பார்த்துகிட்டான். பரத்-துக்கு கண் கிடைக்கவும் ஆபரேஷன் பண்ணாங்க. அஸ்வின் அண்-ணாக்கு செயற்கை கால் பொறுத்தி, நடக்க பயிற்சி கொடுத்தாங்க. "

" எல்லாம் முடிஞ்சு கொஞ்சம் மூச்சு விடவும் தான் வந்தா விவேகா மறுபடியும். கல்யாணமாகி கை குழந்தையோட, அவ புருஷனும் உயி-ரோட இல்ல. ஆஃபீஸ் டூர் போன அப்போ வெள்ளத்தில் சிக்கி உயிர் இழந்துட்டார். கார்த்திக் இப்போ ரெண்டு பேரையும் ஒன்னு சேர்க்க முயற்சி செய்யுறான். அஸ்வின் அண்ணா என் வாழ்க்கையில் பரத் மட்-டும் தான் சொல்லிட்டு இருக்கார். விவேகா அவ பொண்ணு சிவானி தான் எல்லாம் சொல்லிட்டு இருக்கா, ஆனா நெஞ்சு முழுக்க ரெண்டு பேருக்கும் அன்பும் காதலும் இருக்கு, ரெண்டு பேரும் தயங்கி தயங்கி மறுக்கறாங்க. "

" என் தப்பு தான். அவங்க காதலை வீட்டில் கூட சொல்ல அவகாசம் கொடுக்காம, அவசரமா கல்யாண ஏற்பாடு செய்தது நான் தான். கொஞ்சம் பொறுமையா பேசி இருந்தா ரெண்டு பக்கத்தில் ஒரு பக்க-மாவது சம்மதம் கிடைச்சு இருக்கும். இப்போ எல்லாரையும் இழந்துட்டு நிக்கிறேன். விவேகா அஸ்வின் வாழ்க்கையில் வந்தா ரெண்டு பேருக்கும் இழந்த காதலும் கிடைக்கும், பரத் - சிவானி ரெண்டு பேருக்கும் அம்மா அப்பா கிடைப்பாங்க. ஆனா ரெண்டு பேரும் மாட்டேன் நிக்கிறாங்க. விவேகாவே எங்களுக்கு குழந்தை போல தான் நவி. அவ அன்னிக்கு அழவும் எதையும் யோசிக்காம அணைச்சு சமாதானம் பண்ணிட்டேன். என்னை தெரிஞ்ச எல்லாருக்கும் அவளையும் தெரியும். "

" புரியுது கார்த்திக். சாரி பா.. நான் என் வலியை பெருசா நினைச்சேன். ஆனா உன் வலி தான் பெருசு. புரியாம பேசிட்டேன் கார்த்திக், மன்-னிச்சிடு பிளீஸ். கவலையை விடு இந்த நவி உன் அண்ணனை உன் அண்ணி கூட சேர்த்து வைக்கிறேன். அவங்க கல்யாணம் முடிஞ்சு தான் நமக்கு ஓகே வா? "

கார்த்திக் அவள் அருகில் வந்து சட்டென அணைத்து இருக்க, ரஞ்சித்

சிரித்து விட்டு அறைக்குள் சென்று இருந்தான்.

6

ஆத்விகா, சிவனேஷ் இருவரின் திருமண நிச்சயம் இனிதே நடைபெற்றது. இருவரின் இடையில் காதலும் புரிதலும் வளர தொடங்கி இருந்தது. சட்டென கோவம் கொள்ளும் ஆண்மகனை சமாளிக்க தெரியாது இவள் விழிக்க, அந்த கோவத்தில் கூட அவள் மீது அன்பை காட்டி இருந்தான் சிவா. எத்தனை வேகமாக கோவம் வருகிறதோ அதே வேகத்தில் சமாதானமும் ஆகிவிடுவான். அவளையும் சமாதானம் செய்து விடுவான்.

ஆத்விகா அன்று பள்ளியில் மதிய உணவு முடித்து, மதியத்தின் முதல் வகுப்பை எடுக்க சென்றாள். அறிவியல் தான் அவளின் பாடம், அதுவும் மதிய வேளையில் வேதியியலில் பாடத்தை எடுக்க சென்று மாணவர்களை பேச வைத்து, பாடத்தின் உள்ளே அழைத்து செல்லும் வேளையில், அவளின் அலைபேசி வைப்ரேட் மொடில் இருந்து அதிர, எடுத்து பார்க்க சிவனேஷ் தான் அழைத்து இருந்தான். அழைப்பை துண்டித்து விட்டு பாடம் எடுக்க வர மீண்டும் அழைப்பு வந்தது அதையும் துண்டிக்க மீண்டும் அழைப்பு வர, வகுப்பில் இருப்பதாக கூறி விட்டு, பாடத்தை எடுக்க வந்திருந்தாள். 40 நிமிட வேதியியல் வகுப்பு முடியவும், ஆசிரியர்கள் அமரும் ஓய்வு அறைக்குள் வந்து அவனுக்கு அழைப்பு கொடுக்க, ஒரே ரிங்கில் கட்டாகி இருந்தது. உடனே பிஸி என்று குறுஞ்செய்தியும் வர, அவளின் வேலையில் கவனத்தை பதிக்க தொடங்கி இருந்தாள்.

மாலை வேலை முடித்து பள்ளி விட்டு வெளியே வந்தவளின் அலை-பேசி அடிக்க, ஓரமாக வண்டியை நிறுத்தி எடுக்கவும், சிவா முகவரி கூறி அவளை உணவகத்துக்கு வர சொல்லி விட்டு அழைப்பை முடித்து இருந்தான். ஆத்வி செல்ல அலைபேசியில் ரீல்ஸ் பார்த்துக்கொண்டு இருந்தவன் அவளை கண்டதும் பொய்யாய் முறைத்து இருந்தான்.

" ரொம்ப சாரி. கிளாஸ் இருந்தது அதான், கோவமா? ரெண்டு முறை கால் பண்ணவும் தான் மெசேஜ் அனுப்பினேன். கிளாஸ் முடிஞ்சு கால் பண்ணேன் நீங்க பிஸி.. "

" கோவம் இல்ல ஆத்வி, லேசா ஏமாற்றம். ஒரு ரெண்டு நிமிஷம் பேசி இருந்தா நல்லா இருந்து இருக்கும். ஆனா உன் வேலையும் அதுக்கான உன் அர்பணிப்பும் எனக்கு தெரியும் மா. நான் தான் உன்னை ரொம்ப தொல்லை பண்ணிட்டேன். சாரி. "

" சரி அப்படி என்ன விஷயமா கால் பண்ணிங்க சிவா? "

" இன்னிக்கி மதியம் சாப்பிட இதே ஹோட்டல் வந்து இருந்தேன். அப்போ விஷாலுன்னு ஒருத்தரை பார்த்தேன். அவரும் அவரோட அப்-பாவும் இங்க ஒரு அம்மாவை பார்க்க வந்து இருந்தாங்க. அவரும் அவர் அப்பாவுக்கு பொண்ணு பார்த்துட்டு இருக்கார். "

" வாவ் சிவா உண்மையா இது செம்ம செய்தி தெரியுமா? அவரை பத்தி எதும் விவரம் கேட்டிங்களா? "

" ஆமா நானும் அவரோட பேசினேன். இந்த அம்மாவை அவங்க அப்பாக்கு பிடிக்கல, இதான் வாய்ப்புன்னு நானும் கொஞ்சம் நம்ம விப-ரத்தை சொல்லி அவர் அப்பா பத்தி விவரம் கேட்டேன். என் வருங்கால மாமா பெயர் செல்வராஜ். ஒரு காலத்தில் பிரின்டிங் பிரஸ் வெச்சு நடத்-திட்டு இருந்து இருக்கார். இப்போ விஷால் கிட்ட பொறுப்பை கொடுத்-துட்டு, ரெஸ்ட் எடுக்க முடிவு பண்ணி இருக்கார். விஷாலுக்கு கல்யா-ணம் ஆகிடுச்சு உனக்கு ஒரு அண்ணியும், எனக்கு ஒரு அக்காவும் இன்ஸ்டன்டா ரெடியா இருக்காங்க. விஷால்கிட்ட அத்தையை பத்தி

பேச தான் உன்னை இங்க வர சொன்னேன். விஷால் உன் அண்ணி-யோட வரேன் சொல்லி இருக்கார். அவர் வர நேரம் தான் "

" என்னப்பா சொல்றீங்க? பேச வர சொல்லி இருக்கீங்களா? உங்க வேகம் எனக்கு சோகம்.. நான் இதை அம்மாகிட்ட பேசவே இன்னும் தயாரா இல்லை தெரியுமா? "

" ஆத்வி, நான் உறவு முறையே வெச்சு கூப்பிட்டு இருக்கேன். நீ இன்-னும் பேச கூட தயார் இல்லன்னு சொல்லிட்டு இருக்க? விஷாலை உன் அண்ணன் போல பாரு, என் மனசு உறுதியா சொல்லுது இந்த சம்பந்-தம் நமக்கு அமையும்."

" புரியுது சிவா. எனக்கு ஒரு பக்கம் பதட்டம். இன்னொரு பக்கம் என் முயற்சி நிறைவேற போகுதுன்னு சந்தோசம். தாங்க்ஸ் சிவா நீங்க இல்-லாம இதை என்னால.. யோசிக்க கூட முடியல. "

" சரி.. சரி.. உன் கண்ணுல இருக்கிற தண்ணி குண்டாவ கவுத்து விடாம, எதாவது சாப்பிட ஆர்டர் கொடு பார்ப்போம்."

ஆத்விகா ஆர்டர் தர விஷால் அவன் மனைவி யாஷினி உடன் வந்-திருந்தான். பரஸ்பரம் அறிமுகம் செய்து அவர்களுக்கும் உண்ண டிஃ-பன் ஆர்டர் செய்தவள் பேச்சை எப்படி தொடங்குவது என விழிக்க,

" மச்சான் என் மாமா பத்தி எல்லாம் விவரமும் நான் சொல்லிட்டேன். அத்தையை பத்தி உங்க தங்கச்சி சொல்வாங்க. " சிவனேஷ் பேச்சை ஆரம்பித்து கொடுக்க,

" தயக்கம் இல்லாம பேசுங்க ஆத்விகா, எனக்கும் ஆரம்பத்தில் அப்-பாக்கு அம்மா வேணும் தேடி போன அப்போ தயக்கம் இருந்தது தான். எல்லாரும் ஒரு மாதிரி பார்த்தாங்க, கிண்டல் பண்ணி சிரிச்சாங்க, அப்-பாவை பேசி இதுக்காக சம்மதம் சொல்ல வைக்க பெரிய போராட்டமே நடந்தது தான். ஆனா எங்க அப்பா நிறைய இழந்துட்டார். அவருக்கு துணை கண்டிப்பா தேவைன்னு முடிவு பண்ணி எல்லாரையும் சமாளிச்சு

வந்தேன். "

" தயக்கம் இல்ல அண்ணா. பெரியவங்க நமக்கு துணை தேடும் போது எந்த முன் கதையும் சொல்ல வேண்டியது இல்ல. ஆனா இப்போ அம்மா பத்தி, அவங்க கடந்த காலம் பத்தி சொல்லணும் இல்லையா? அதான் கொஞ்சம் யோசனை? "

" புரியுது ஆத்விகா. ஆனா தெரிஞ்சா தானே ஒரு முடிவுக்கு வர முடியும்? "

" ம்ம்.. ஆமா அண்ணா உண்மை தான். அம்மா பெயர் பார்கவி.. "

ஆத்விகா இருபது நிமிடம் செலவு செய்து அனைத்தையும் சொல்ல, விஷால் முகத்தில் அமைதி.

" நிறைய கஷ்டம் பார்த்து இருக்காங்க விஷால்.. கேட்கவே எனக்கு வலிக்குது பா " யாஷினி கண் கலங்க,

" என் அப்பாவும் கிட்டதட்ட இப்படி தான் ஆத்விகா. அவர் ஒருத்தரை காதலிச்சுட்டு இருந்து இருக்கார். அப்பாக்கு படிப்பு நல்லா வரும், ஸ்கூல் முடியவும் வெளியூர் போய் படிக்க சொல்லி சென்னை அனுப்பி விட்டார் தாத்தா. அப்பா காலேஜ் சேர்ந்து ஒரு பொங்கலுக்கு லீவில் வந்த அப்போ தான் தெரியுமாம் அவங்களுக்கு கல்யாணமானது. ஏன் எந்த தகவலும் தரலன்னு அப்பா சண்டை போடவும், உங்க வாழ்க்கையாவது நல்லா இருக்கட்டும் தான் சொல்லாம விட்டேன் சொல்லி இருக்காங்க. அதுக்கு அப்புறம் அப்பா அவரோட கல்யாணத்துக்கு தான் ஊருக்கு போய் இருக்கார். எங்க அம்மாவை கல்யாணம் பண்ணி சந்தோசமா தான் வாழ்ந்து இருக்கார். ஆனா என்னோட பத்து வயசில் அம்மா மின் கம்பி தொட்டு கரெண்ட் அடிச்சு இறந்து போய்ட்டாங்க. அதுக்கு அப்புறம் எல்லாமே எனக்கு அப்பா தான். "

" அவரோட படிப்பும், பிரின்டிங் மேல அவருக்கு இருந்த ஆர்வமும் தான் அம்மா ஊரிலேயே பிரஸ் தொடங்கி அவங்க நினைவா இங்கேயே

இருக்க காரணம். இப்போ பிரஸ் நான் நடத்திட்டு இருக்கேன். நாலு அஞ்சு பக்கம் கிளையும் தொடங்கிட்டோம். அப்பாக்கு முன்ன மாதிரி தொழில் மேல இப்போ ஈடுபாடு இல்ல. அதான் வீட்டில் இருக்கார். 48 வயசிலும் நல்ல திடமான மனுஷன் தான். ரொம்ப அன்பா பழகுவார். இந்த கல்யாணத்துக்கு சம்மதம் கூட எனக்காக தான் சொல்லி இருக்-கார். நிறைய தயக்கமும் மறுப்பும் இருந்தும் என்கிட்ட எதையும் பேசாம இருக்கார். "

" ஒன்னு ரெண்டு வருசம் காதலையே மறக்க முடியாது. இதில் காதலும் போய், கல்யாணத்திலும் இழப்பு வந்தா யார் தாங்குவாங்க? இத்தனை நாளும் அவர் மனசில் எவ்ளோ பாரம் இருந்து இருக்கும்? இப்போ இந்த வயசில் ஒரு கல்யாணம்ன்னு சொன்னா தயங்க தானே செய்-வாங்க? அத்தைகிட்ட நாங்களும் இனி ஒரு போராட்டம் தான் பண்ண வேண்டியது இருக்கு. ஆனா துணை முக்கியம். கடைசி காலத்தில் துணையா, நல்ல நண்பர்களாக ஒருத்தருக்கு ஒருத்தர் இருக்கட்டும்." சிவா சொல்லவும் அனைவரும் ஆம் என்று சொல்ல, யாஷினி பார்-கவி அம்மாவின் புகைப்படம் கேட்க, ஆத்விகா கொடுத்து இருந்தாள். விஷால் அவனின் அப்பாவின் புகைப்படம் அனுப்ப ஆத்விகா அவர் முகம் பார்த்து விரல்களில் வருடி, அப்பா என்று வாய்க்குள் சொல்லி கொள்ள, விஷால் கண் கலங்கி இருந்தான்.

" எல்லாம் சரியா அமையும்னு நம்புவோம். நீங்க அம்மாகிட்ட பேசிட்டு சொல்லுங்க. நானும் அப்பா கூட பேசிட்டு அவர் முடிவை சொல்றேன். தைரியமா பேசு ஆத்விகா, அடம் பிடிப்பாங்க விடாதா, நம்ம அம்-மாவை சம்மதிக்க வை. " விஷால் கூறவும் ஆத்விகா சரியென தலை-யாட்ட, உணவை உண்டு, சிவா அடம் பிடித்து பில்லை அவனே செலுத்த, விஷால் - யாஷினி இருவரும் விடைபெற்று கொண்டனர். ஆத்வி சிவா கைகளை பிடித்து கண் கலங்க, அவளின் கையை பிடித்து அழுத்தம் கொடுத்து அழாதே என அவன் கைக்குட்டையை கொடுக்க, வாங்கி கொண்டாள்.

" நானும் வரேன் வீட்டில் விட்டு அத்தைகிட்ட இதை பத்தி பேசுவோம். நீ ஆரம்பிக்க வேண்டாம் நான் பேச்சை ஆரம்பிச்சு வைக்கிறேன். வா..

"

" தாங்க்ஸ் சிவா " ஆத்வி சொல்ல, சிவா முறைத்தான்.

" சும்மா என்னடி தாங்க்ஸ், சாரி சொல்லிட்டு இருக்க, நம்மை தெரியாத, நம்ம நிலை புரியாத ஒருத்தருக்கு தான் நன்றியும், மன்னிப்பும் கேட்டவும், கொடுக்கவும் வேணும். நான் உன் சரிபாதி எனக்கு எதுக்கு இதெல்லாம்? "

" இனி சொல்ல மாட்டேன். தெரியாம சொல்லிட்டேன். " அவள் சொன்னதை கேட்டு சிவா சிரித்து அவன் பைக் எடுக்க, அவளும் அவளின் ஸ்கூட்டி எடுக்க இல்லம் வந்து இருந்தனர்.

மெல்ல லேட்டானதற்கு காரணம் சொல்லி, கல்யாண வேலை பற்றி சிவா பேச்சை திருப்ப பார்கவி மருமகனுக்கு காபி கொடுத்து முதலில் ஆடை எடுக்க செல்லலாம் என்று கூற,

" அதுக்கு முன்னாடி இன்னொரு வேலை இருக்கு அத்த.. உங்க பொண்ணு ஒரு கண்டிசன் போட்டு இருந்தா அதை முதலில் செய்யனும் எனக்கு "

" என்ன மாப்பிள்ளை கண்டிசன்? இப்போவாது சொல்லு ஆத்வி மா" பார்கவி இருவரிடமும் கேள்வியை வைக்க, மெல்ல சிவா விஷயம் என்னவென்று சொல்ல, பார்கவி வாய் மூடி அழுது இருந்தார்.

எதையும் எதிர்த்து பேசுவார், சண்டை வரும், ஆத்விகாவை திட்டவோ, அடிக்கவோ செய்வார் என்று எதிர்பார்த்தவனுக்கு இந்த கண்ணீர் சங்கடம் தர, சிவா எதோ பேச வர பார்கவி எழுந்து அறைக்குள் சென்று இருந்தார்.

" நீங்க கிளம்புங்க சிவா, நான் பொறுமையா அம்மாகிட்ட பேசறேன். அவங்க இப்போ பேசற நிலையில் இல்ல. "

" பார்த்துக்கோ, எதும் உதவி தேவைப்பட்டா எந்த நேரமா இருந்தாலும் கூப்பிட்டு. டேக் கேர் " சிவா கிளம்பவும், ஆத்வி அம்மாவை தேடி செல்ல பார்கவியோ அழுது கரைந்து கொண்டு இருந்தார்.

7

பிரபா காலை எழுந்து குளித்து அவனின் அலுவலகம் சென்று இருந்தான். கண்மணி காஃபி கொடுத்தும், டிஃபன் செய்து இருந்தும் எதையும் அவன் கவனத்தில் எடுத்து கொள்ளவே இல்லை. கண்மணி மௌனமாக அவன் செல்வதையே பார்த்து நிற்க, அவளை பிரபா கண்டு கொள்ளவும் இல்லை.

பிரபா செய்வதை எல்லாம் பார்த்து பிரபாவின் அம்மா பவானிக்கு இருவரின் வாழ்வை நினைத்து கவலை வர தொடங்கி இருந்தது. கொஞ்ச நாளுக்கு திவ்யா என்று அழுதுவிட்டு கண்மணியுடன் வாழ ஆரம்பித்து விடுவான் என்று அவர் நினைத்து இருக்க, நாளாக அவனின் பிடிவாதம் கூடுகிறதே தவிர குறையவில்லை. திவ்யா எங்கே என்று அறியாத போதே இப்படி என்றால் அவள் இருக்கும் இடம் அறிந்தால் கண்மணியின் நிலை என்னாகும் என்று யோசிக்க யோசிக்க நெஞ்சம் பதறியது.

கண்மணியையும் மிரட்டி தானே அவனுக்கு திருமணம் செய்து வைத்து இருந்தனர்? கண்மனிக்கு பிரபாகரன் என்றால் உயிர் தான், அளவில்லா காதல் தான், அவனோடு தான் திருமணம் என்று சொன்ன போது வார்த்தை சொல்ல முடியா இன்பத்தோடு சுற்றியவள் தான் எல்லாம் பிரபா திவ்யா பற்றி சொல்லும் வரை தான். ஆண் மகன் அவன் கண்கள் கண்ணீர் வடிக்க, அவனின் காதலை சொல்லி, திருமணத்தை நிறுத்த சொல்லி கேட்கும் வரை தான்.

முதலில் பிரபா மனத்தில் தான் இல்லை என்பதை நினைத்து அழுதவள், பின் நேசம் கொண்ட அவனின் வாழ்வு தன்னால் கெட்டு போய் விட கூடாது என்று அவளின் தாய் தந்தையிடம் பேச, அவளின் அண்ணன் ரமேஷ் தான் பிரபா திவ்யாவை தேடி சென்றாலோ, திருமணம் செய்து கொண்டாலோ அவனை கொன்று விடுவேன் என மிரட்டி இருந்தான்.

ஆண் அவனோ திவ்யாவின் உயிரை காப்பாற்ற மௌனமாய், அவர்களின் மிரட்டலுக்கு கட்டுப்பட்டு கண்மணியின் கழுத்தில் தாலி கட்டினான். பெண் அவளோ பிரபாவின் உயிரை காப்பாற்ற எதுவும் செய்ய முடியாத கையறு நிலையில், நேசம் கொண்டவனை அவனின் விருப்பம் இல்லாது நெஞ்சம் எல்லாம் வலிக்க கழுத்தில் தாலி வாங்கி கொண்டாள்.

திருமணம் பின் தன் அன்பும் காதலும் அவனை சரி செய்து விடும் என்று நம்பியவளுக்கு கிடைத்தது எல்லாம் அவனின் வெறுப்பு தான். இவள் ஒரு அடி நெருங்கி நின்றாள் அவனோ நான்கு அடி விலகி நிற்பான். ஒரே கட்டிலில் உறங்கியும் அவனின் மூச்சு காத்து கூட அவளை தீண்டியது இல்லை. அவள் சமைத்தால் உண்பான் அவ்வளவு தான் அவர்களின் திருமணம் பந்தம்.

திவ்யா உடன் சென்று விடு என சொல்ல கண்மணியால் முடியாது காரணம் ஒன்று அண்ணன் ரமேஷ் பிரபாவை எதையும் செய்வான், அவனுக்கு பெயரும் பணமும் அந்தஸ்த்தும் தான் முக்கியம். இன்னொரு பக்கம் அவளின் காதல் அவனை தன்னோடு இணைக்காத என்ற நப்பாசை. பிரபாவை இழப்பதும் கொடுமை, பிடித்து வைப்பதும் கொடுமை. இரு இருதலைக் கொள்ளி எறும்பு போல தவிக்கிறாள் பாவம்.

பிரபா ஆஃபீஸ் உள்ளே வரவும், வேலை பார்க்கும் அனைவரும் அவனை கண்டு வணக்கம் வைக்க ஏற்றுக்கொண்டு அவன் அலுவலக அறை உள்ளே சென்று இருந்தான். கண் முன் வந்து நின்ற கண்மணியின் கண்ணீரை ஒதுக்கி விட்டு வேலையில் கவனம் செலுத்த, அன்று அனுப்ப வேண்டிய பார்சல் அனைத்தையும் சரி பார்த்து பிரிக்க ஆரம்-

பித்து இருந்தான்.

மதியம் அவனை காண பிரபாவின் நண்பன் விக்னேஷ் வரவும் அவனோடு உணவு உண்ண ஹோட்டல் வந்திருந்தான். உணவுகளை ஆர்டர் கொடுத்துவிட்டு விக்கி பிரபா முகத்தை பார்க்க, சோர்ந்து போய் அமர்ந்து இருந்தான்.

" எப்போ பாரு எதையாவது தொலைச்ச மாதிரியே தான் இருப்பியா பிரபா? உன்னை பார்க்கவே கஷ்டமா இருக்குடா. இழப்பு பெருசு தான் அதுக்காக இன்னும் அதையே நினைச்சு என்னாக போகுதுன்னு சொல்லு? "

" அவளை என்னால கடந்து வர முடியல விக்கி, திவ்யா யாரையும் கல்யாணம் பண்ணிட்டு நிம்மதியா எங்காவது இருந்தா கூட போதும் எனக்கு, நான் தான் அவளுக்கு காதலை சொல்லி அவளை இதில் இழுத்து விட்டேன். எவ்ளோ வேதனை? வலி தெரியுமா என்னால அவளுக்கு? அவளை கண்டுப்பிடிக்கவே முடியல. " பிரபா சொல்லி-விட்டு கண் கலங்க,

" டேய் பிரபா.. முதல கண்ணை தொட ஹோட்டல் வந்துட்டு.. "

" இல்ல இன்னொரு பக்கம் கண்மணி என்னால தினம் அழறா, கல்யா-ணம் பண்ற எண்ணத்தில், காதலா அவளோட பழகல தான் ஆனாலும் எனக்கு அவளை முறைப்பொண்ணா பிடிக்கும். ரொம்ப சகஜமா, என்-னோட உணர்வுகள் புரிஞ்சு பேசரவ, படிப்பு கம்மி தான் ஆனா அவ எண்ணம் அழகா இருக்கும். நேத்து புடவை எல்லாம் இறக்கி கட்டி என்னை.. கஷ்டமா இருக்குடா என்னால எல்லாருக்கும் கஷ்டம். என் மனசு எனக்கே எதிரியா இருக்கு. கண்மணி மாதிரி பொண்ணை கல்-யாணம் பண்ணவன் சந்தோசமா இருக்கனும். ஆனா சந்தோசமா இல்ல. "

" திவ்யாவை மறந்துட்டு கண்மணி கூட வாழ ஆரம்பி பிரபா, கண்மணி செய்தது தப்பா இருந்தாலும், அவ காதலை காப்பதிக்க தானே அவ

முயற்சி செய்வா? நீயும் திவ்யாவும் காதலை காப்பாத்திக்க ரெஜிஸ்டர் மேரேஜ் செய்ய போகல? யாரை பத்தியும் யோசிக்கல தானே? உன் காதலை காப்பத்திக்க நீ முயற்சி செய்தது போல தான் அவளும் செய்தா, ஒருவேளை கண்மணி போய் அவ அண்ணன் கிட்ட பேசி இருந்தாலும் ஒன்னும் நடந்து இருக்காது. அவளையும் உன்னை அடக்கின மாதிரி அடிச்சு அடக்கி இருப்பாங்க. உன் வீட்டில் உன்னை பண்ண கொடுமைக்கு கண்மணி உனக்கு வில்லியா தெரியுறா, உன் கோவத்தை உன் அப்பா, அம்மாகிட்ட காட்டு, அந்த பொண்ணு பாவம். "

" இன்னும் சில விஷயம் சொல்லட்டுமா? நீ கல்யாணமானவன் இனி திவ்யா திரும்பி வந்தாலும் அவளோட வாழ முடியாது. அப்படி வாழ்ந்தா அதுக்கு பெயர் வேற, அப்புறம் என்ன செய்தாலும் உனக்கு ஃபர்ஸ்ட் அண்ட் லீகல் பொண்டாட்டி கண்மணி தான் அதை மாத்த முடியாது. கண்மணி அவளாவே விலகி போகாம உன்னால திவ்யாவை கல்யாணம் பண்ணிக்க முடியாது. உனக்கு கண்மணியை பிடிச்சு இருக்கோ இல்லையோ, பொண்டாட்டி ஒருத்தியை வீட்டில் வெச்சுட்டு முன்னாள் காதலி நினைப்பில் இருக்கிறது பண்பான ஆம்பளைக்கு அழகும் இல்ல. எதையும் மாத்த முடியாது பிரபா, இதான் நிஜம், நிதர்சனம், நிகழ்காலம். முடிஞ்ச ஒன்னை தேடிட்டு, கையில் உள்ளதை இழந்து நிக்காத. "

ஆர்டர் வரவும் பிரபா அமைதியாய் உணவில் கவனம் வைக்க, விக்கி பிரபா விரும்பி உண்ணும் உணவை மேலும் ஆர்டர் கொடுத்து இருந்தான். இருவரும் உணவை முடித்து விட்டு கூரியர் ஆஃபீஸ் வர,

" பேசாம உன் மனசில் உள்ளதை கண்மணிகிட்ட சொல்லிட்டு, எந்த முடிவா இருந்தாலும் சேர்ந்து எடுங்க . பேசினா தான் பிரச்சனை தீரும். போனது போகட்டும் இனி வர நாளை நரகமா மாத்தாதே. யோசிச்சு முடிவு பண்ணு. வரேன். விக்னேஷ் கிளம்பி விட, பிரபா யோசனையில் அமர்ந்து இருந்தான்.

அன்று இரவு இல்லம் செல்லவும் கண்மணி கண்ணீர் உடன் அமர்ந்து இருந்தாள்.

" வாங்க.. நான் பண்ணது தப்பு தான் மாமா. அதுக்காக சாப்பிட கூட வராம.. ஏன் உன்னை நீயே தண்டிக்கிற? என்னை திட்டு, கோவமா சண்டை போடு, அதை விட்டு சாப்பிடாம ஏன் மாமா வயித்தை காயப்-போட்டு இருக்க? "

" இல்ல கண்மணி நான் மதியம் சாப்பிட்டேன். நீ இன்னும் சாப்பிடல தானே? வா சாப்பிடலாம். "

பிரபா முதல் முறையாக அவளிடம் வெறுப்பு இல்லாது சாதாரணமாக பேசியது ஆச்சரியம் தர, அவசரமாக சாம்பாரை சூடு செய்து இட்லியை எடுத்து வைக்க, பிரபா உணவு உண்ண வந்து அமர்ந்து இருந்தான். அவனுக்கு இவள் பரிமாற, அவளுக்கும் பரிமாறி அமர சொன்னான்.

" சாப்பிடு கண்மணி, காலையில் இருந்து சாப்பிட்டு இருக்க மாட்டேன் நினைக்கிறேன். "

" இல்ல அத்தை மதியம் மிரட்டி சாப்பிட வெச்சாங்க "

" சரி சாப்பிடு, உன்கிட்ட எனக்கு நிறைய பேசணும். "

" என்ன பேச போறோம் மாமா? "

" நம்ம வாழ்க்கையை பத்தி.. சாப்பிடு "

இருவரும் அமைதியாய் வேண்டியதை ஒருவருக்கு ஒருவர் பரிமாறி கொண்டு உண்டு முடித்து இருந்தனர். கண்மணி சமையல் அறையை சுத்தம் செய்து விட்டு வர, மாடிக்கு அழைத்து சென்றான் பிரபா. மாடி-யில் சிமெண்ட் ஷீட் மூலம் கூரை இறக்கி அங்கே அமர்ந்து பேச, உண்ண, இளைப்பாற என்று அறை போல செய்து இருந்தனர். இருவ-ரும் அங்கே இருந்த கதவில்லா அலமாரியில் இருந்து பாயை எடுத்து போட்டு அமர்ந்து கொண்டனர். பிரபா அமைதியாய் அமர்ந்து இருக்க, கண்மணி அவன் முகம் பார்த்து அமர்ந்து இருந்தாள்.

" என்ன பேச போறீங்க மாமா? எதுக்கு இந்த தயக்கம்? நீங்க எது சொன்னாலும் சம்மதம் தான். என்னை விட்டு போறேன் மட்டும் சொல்லாதீங்க. "

" உன்னை விட்டு எங்க போவேன் நினைக்கிற? எட்டு மாசமா எங்க போனேன் இனிமேல் போக? நான் நினைச்சு இருந்தா எப்பவோ உன்னை விட்டு போய் இருக்க முடியாதா? என் கல்யாணம் வற்புறுத்தலில் நடந்து இருந்தாலும் இந்த பந்தத்தை நான் பெருசா மதிக்கிறேன். எனக்கு உன்னை பிடிக்கும் கண்மணி. ஆனா, காதலியா மனைவியா உன்னை நான் பார்த்ததே இல்லடி, எனக்கு நல்ல தோழியா இருப்பேன் நினைச்சு இருக்கேன். என்னால உன்னை இப்பவும் என் பொண்டாட்டியா பார்க்க முடியல கண்மணி. என் மனசு முழுக்க திவ்யா பத்தி தான் எண்ணம். எனக்கு தெரியும் இனி என்ன செய்தாலும் நடந்ததை மாத்தவே முடியாது. ஆனா சொல்றதை கேட்காம மனசு அடம் பிடிக்குது. என்னால உனக்கும் நிம்மதி இல்ல. தினம் கண்ணீர் விடுற உன்னை பார்க்க குற்ற உணர்ச்சியா இருக்கு. பொண்டாட்டி கிட்டயே வேற ஒருத்தி மனசில் இருக்கான்னு சொல்ற அளவுக்கு பண்பு இல்லாத ஆம்பளையா இருக்கேன். எனக்கே என்னை பிடிக்கல. நான் செய்யுறது பெரிய தப்புன்னு புரியுது. எனக்கு என்ன செய்ய தெரியல கண்மணி. "

பிரபா சொல்லிவிட்டு முகம் மூடி கொள்ள, அவன் முதுகு குலுங்க ஆரம்பித்து இருந்தது. கண்மணி அவன் கை தொட, கண்களை துடைத்து கொண்டான்.

" நான் என்ன செய்யனும் மாமா? எனக்கு தான் தெரியுமே உன் மனசு என்கிட்ட இல்லன்னு, நேத்து பண்ணது ரொம்ப பெரிய தப்பு. குழந்தை எப்போன்னு கேள்வி கேட்கவும் எனக்கு வேற வழி தெரியல. ஆனா அது உங்க மனசை காயப்படுத்தி இருக்குன்னு புரியுது. இனி இப்படி எதும் செய்ய மாட்டேன் மாமா, திவ்யா எங்கன்னு தேடி கண்டுபிடி நான் விட்டு போறேன்." கண்மணி சொல்லிவிட்டு எழுந்து சென்று விட, பிரபா அங்கேயே சோர்ந்து படுத்து இருந்தான்.

8

தாயின் பின்னே சென்றவன் அவர் கலங்கி நிற்பதை கண்டு,

" அம்மா எதுக்கு இப்போ அழுகை? நான் இருக்கேன் ஆர்த்திக்கு எந்த குறையும் இல்லாம இந்த கல்யாணத்தை நடந்த வேண்டியது என் பொறுப்பு. "

" நீ செய்வேன் தெரியும் சரவணா, ஆனா எல்லா சுமையும் உன் தலையில் தானே விழுது? உன் தம்பிங்க பேசினது சரி தானே? இந்த ஆர்த்தியும் எனக்கு செய்னு தான் சொல்றாளே தவிர, அண்ணன் எப்படி செய்வான் யோசிக்கவே இல்லையே? எவ்ளோ பெரிய இடத்தில் மாப்பிள்ளை தேடி இருக்கான்னு யோசிக்க வேண்டாம்? அப்படி என்ன காதல் பெருசா போய்டுச்சு இவளுக்கு? "

" அம்மா.. ஆர்த்தி சந்தோசமா இருக்க என்ன செய்யனுமோ அதை செய்வோம். கஷ்டம் வந்தா எனக்கு தானே? நான் என் தங்கச்சிக்காக எல்லா கஷ்டத்தையும் தாங்குவேன். பசிக்குது மா சாப்பிட எடுத்து வையுங்க. " சரவணன் சொல்லிவிட்டு, ஹால் நோக்கி செல்ல, ராஜேஸ்வரி உணவை எடுத்து வைக்க அனைவரையும் அவன் முறைப்பு எதையும் பேசாது உண்ண வைத்து இருந்தது.

டிவியை பார்த்து சற்று நேரம் அமர்ந்து இருந்தவன் அறைக்குள் வர, சந்தோஷ் முதுகை காட்டி படுக்கையில் திரும்பி படுக்க, ஹரியும்

அவனை கண்டுக்கொள்ளாதது போல படுக்க, சரவணன் சிரித்து கொண்டே அவன் இடத்தில் படுத்து இருந்தான். அதை கண்ட சந்-தோஷ்,

" உன் மனசில் அன்னை தெரசா நினைப்பா? இவர் பெரிய தியாக செம்மல், சேவை சிகரம்.. எதுக்கு அண்ணா எல்லாத்தையும் உன் தலையில் போட்டு கஷ்டப்பட தயாரா நிக்குற? "

" டேய் அவ உங்களுக்கு அக்கா அவளுக்கு செய்ய வேண்டியது என் கடமை. "

" ஆமா.. நிறைய சொத்தை தாத்தா விட்டு செத்த மாறி பேசாத, இங்க ஒருத்தர் ஏன் வீட்டுக்கு வராரு, போறாருன்னு கூட தெரியல, அவருக்கு நம்ம பெத்த பிள்ளைங்கன்னு எதும் உணர்வு இருக்கான்னு தெரியல, என்ன நடந்தாலும் அக்கறையோ, கவலையோ இல்ல. நீயும் அம்மாவும் மாடு மாதிரி சம்பாதிச்சு தான் குடும்பம் ஓடுது. இதில் இப்போ இந்த ஆடம்பர கல்யாணம் அவசியமா? கடமை இருக்க தான் அண்ணா செய்யும். அதுக்காக உன்னை நீயே அடமானம் வெச்சுக்க போறியா? " சந்தோஷ் கேட்கவும், சரவணன் ஏதோ சொல்ல வர, அதற்குள் ஹரி,

" என்ன சொல்வேன் தெரியும் அண்ணா. அதுக்கு முன்னாடி நான் ஒன்னு கேட்கிறேன். நாளைக்கு உன் கல்யாணத்துக்கு இதே கடமையை அக்கா காட்டுமா? உன் கல்யாண செலவை செய்யுமா? சரி உனக்கு வேண்டாம் தம்பிங்க எங்களுக்கு செய்யுமா? "

" அது எப்படி டா? அவ எப்படி செலவை பொறுப்பு எடுப்பா? " சரவ-ணன் கேட்க,

" செலவை மட்டும் இல்ல டா. வேலை செய்ய கூட வர மாட்டாங்க. பிள்ளையையும் புருஷனையும் பார்க்கவே நேரம் சரியா இருக்கும் இதில் எங்க தம்பியை பார்க்க, அக்கா விருந்தாளி மாதிரி வரும் நம்ம தான் அப்பவும் அக்கா மாமாக்கு சேவை செய்யனும்." சந்தோஷ் கடுப்பாக கூற,

" என்னடா ரெண்டு பேரும் பாசமே இல்லாம பேசறீங்க? வேற யார் டா செய்வாங்க? கூட பிறந்த பிறப்புக்கு செய்ய முடியாம அப்படி என்ன சுய நலம் முக்கியமா போய்டுச்சுன்னு சொல்லுங்க? ஓ ரெண்டு பேரும் காதலிக்கறீங்க இல்ல? அதான் இப்பவே உஷாரா ஒதுங்க இப்படி பேசநீங்க போல " சரவணன் சொன்னதை கேட்டு சந்தோஷ் அவனை முறைக்க, ஹரி சிரித்து இருந்தான். சந்தோஷ் கோபத்தோடு இப்போ ஹரியை முறைக்க, சரவணன் புரியாது ஹரியை பார்க்க, சரவணனின் மடியில் வந்து படுத்தவன்,

" சரி அண்ணா நீ சொல்ற மாதிரி ஆர்த்தி அக்காக்கு எல்லாமே செய்வோம். எந்த குறையும் வைக்காம, ஆனா எனக்கு ஒரு கேள்வி இருக்கு அதுக்கு பதில் சொல்லு எல்லாமே செய்வோம். "

" என்ன கேள்வி கேட்க போற? கேளு"

" ஒரு வேளை நீ காதல் செய்து, அதை நம்ம வீட்டில் சொல்லி அம்மாவும் சரின்னு பொண்ணு வீடு போய், பொண்ணு கேட்டு கூடவே ஆர்த்திக்கு கேட்ட மாதிரி வரதட்சணையும் கேட்டு, கல்யாண செலவை பொண்ணு வீட்டில் செய்ய சொன்னா, உன் பதில் என்ன? நெஞ்சை தொட்டு உண்மையை மட்டும் சொல்லு" ஹரி கேட்ட கேள்வியில், சந்தோஷ் முகத்தில் புன்னகை வர,

" அது எப்படி இவளோ காசு கேட்டு, செலவையும் அவங்களை செய்ய சொல்ல முடியும்? அவங்க பொண்ணுக்கு என்ன செய்யனும் நான் எப்படி சொல்லவோ, கேட்கவோ முடியும்? காசு எல்லாம் வேண்டாம் பொண்ணு மட்டும் போதும் சொல்வேன். அதை தான் அம்மாவையும் சொல்ல சொல்வேன்."

" சரி அம்மா அந்தஸ்த்தை, சாதியை காட்டி, காசு கொடுத்தா தான் உன் காதல் கல்யாணம் நடக்கும் சொன்னா அப்போ என்ன செய்வ? சரின்னு சொல்லி சுமையை உன் காதலி தலையில் வைப்பியா? " ஹரி கேட்க, சரவணன் இந்த கேள்வியில் மௌனமாக,

" பதில் சொல்லு அண்ணா "

" அப்படி தன் காதலை காப்பாத்திக்க அம்மா பேச்சை கேட்டு காதலி மேல சுமையை இறக்குற முதுகு எலும்பு இல்லாத ஆம்பள என் அண்ணன் இல்ல. நானும் ஹரியும் கூட இதை செய்ய மாட்டோம் அண்ணா அது உனக்கும் தெரியும் தானே? " சந்தோஷ் கேட்கவும், சரவணன் ஆம் என்று தலையசைத்து கூறினான்.

" உன் அன்பு எங்களுக்கு தெரியும் உன் அன்பை காட்ட நிறைய வழி இருக்கு அண்ணா. இன்னிக்கி அவன் காதலை காப்பாத்த அக்கா தலையில் சுமையை ஏத்தினவன், அம்மா அப்பாவை பேச விட்டு அமைதியா உக்கார்ந்து இருந்தவன், நாளைக்கு இதே போல என்ன நடந்தாலும் அவன் சுயநலம் மட்டும் பார்த்து அமைதியா இருந்து, அக்கா தலையில் சுமையை வெச்சுட்டு பொறுப்பு இல்லாம இருந்தா அவ வாழ்க்கை என்னாகும்? காலம் முழுக்க நீ கொடுக்க முடியுமா? அது சாத்தியமா? நம்ம அஞ்சு பேர் படற கஷ்டம் போதாதா? இன்னொரு ராஜேஸ்வரியா ஆர்த்தி அக்கா ஆகணுமா? பொறுப்பு இல்லாத அப்பாக்கு பிள்ளையா பிறந்து என் மருமக பிள்ளைகளும் அழனுமா? " ஹரி கேள்வியாக கேட்க, சரவணன் சிலையாக அமர்ந்து இருந்தான்.

" ஒவ்வொரு பிள்ளைக்கும் அப்பான்னு சொன்னா எவ்ளோ தெம்பு வரும் தெரியுமா? அஞ்சு பேரை பெத்தது தவிர அவர் வேற என்ன செய்தார் சொல்லு?! கண்ணு முன்னாடி இருக்கார் அவ்ளோ தான். உன்னை அணைச்சு ஒரு முத்தம் கொடுத்து இருப்பாரா? இல்ல கண்டிச்சு ஒரு அடி கொடுத்து இருப்பாரா? அப்பாவே இல்லன்னா அது வேற அண்ணா. இருந்தும் அவர் நம்மை ஏங்க வெச்சார் தானே? இப்போ வரை எதுக்கும் வாய் திறக்காம அவர் கொடுத்தது எல்லாம் போதாதா? எங்களுக்கு சுயநலம் தான் அண்ணா. எங்களுக்கு அப்பா நீ தானே? ஒரு பிள்ளைக்கு மட்டுமே மொத்த பாசத்தையும் செஞ்சு நீ சோர்ந்து போய்ட்டா எங்களுக்கு யார் இருக்கா? அப்பா இல்லாம அனாதையாக கூடாது தான் ஆண்டவன் உன்னை எங்களுக்கு கொடுத்து இருக்கான். அதையும் இழக்க நாங்க முட்டாள் இல்ல. "

சந்தோஷ் சொல்லி விட்டு திரும்பி படுத்து விட, சரவணனின் கண்கள் கண்ணீரை சிந்தியது.

" உனக்கு அன்பில் கண்ணு தெரியல அண்ணா. அக்கா நல்லா இருக்-கும் சொன்னா எதையும் செய்யலாம். நம்ம மூணு பேரும் காலத்துக்கு அக்காங்க ரெண்டு பேருக்கும் தேவையானதை செய்வோம். ஆனா இது சரியில்ல. காதலுக்கு தேவை பணமோ, சாதியோ, அந்தஸ்த்தோ இல்ல. அவர் மேல உள்ள காதலுக்காக அக்கா எங்களையே எதிர்க்க தயார். அதே போல அக்கா மேல உள்ள காதலை காட்ட அவன் என்ன செய்-தான்? அன்பை கொடுக்க மட்டுமே தெரிஞ்ச உனக்கு அக்கா மேல உள்ள அன்பு தான் தெரியுது. உன்கிட்ட இருந்து வாங்குற எங்களுக்கு அந்த அன்போட அருமை தெரியுது. கொடுக்குற உனக்கு பெருந்தன்மை அதிகம், வாங்குற எங்களுக்கு நன்றி அதிகம். இதுக்கு மேல அண்ணன் உனக்கு நாங்க எதும் சொல்ல வேண்டியது இல்ல. யோசிச்சு முடிவு செய் அண்ணா. "

ஹரி சென்று படுத்து விட, சரவணன் சிந்தனையில் மூழ்கி இருந்தான். காலையில் அம்மாவுடன் பேசி ஒரு முடிவு எடுக்க வேண்டும் என்று யோசித்து வைத்தவன், கலங்கி போய் உறங்கும் சந்தோஷின் தலையை வருடிக் கொடுத்தான். அசைவு உணர்ந்து ஹரி சட்டென திரும்பி பார்க்க, சந்தோஷ் இதழ் எல்லாம் புன்னகையுடன் வருடலை ரசிக்க, சரவணன் மெல்லமாக அவன் சந்தோஷ் முதுகில் அடிக்க, ஹரி அதற்கு சிரிக்கவும். சந்தோஷ் ஹரியை அடிக்க, சரவணன் இருவரை-யும் முறைக்க, மூவரும் சிரிப்புடன் படுக்கையில் படுத்து கொண்டனர்.

" அண்ணா எங்க லவ் பத்தி எல்லாம் எப்படி சரியா சொல்ற? " ஹரி சரவணனை கேட்க,

" அப்போ காலேஜ் போறதுக்கு முன்னாடியே சார் காதல் பண்றீங்க சரியா? சந்தோஷ் கேட்க,

" காதல் அது யார் மேல எப்ப வரும்னு யாரும் சொல்ல முடியாது. அதே போல எல்லா காதலும் கல்யாணத்தில் தான் முடியும் நிச்சயமும்

கிடையாது. சோ பார்ப்போம். " ஹரி சொல்ல,

" நீ சின்ன பையன் மாதிரியா பேசுற? " சந்தோஷ் அவனை மீண்டும் அடிக்க வர,

" அண்ணா பதில் சொல்லு " ஹரி சரவணனை உலுக்க,

" உங்க வயசை தாண்டி தானே டா நானும் வந்தேன் தெரியாம இருக்-குமா? மெசேஜ் பார்த்து பளிச்சுன்னு ஆகுற ஆம்பள முகத்துக்கு கார-ணம் மெசேஜ் பண்ற பொண்ணு தானே? " சரவணன் சொல்ல,

" உனக்கு காதல் இருக்கா அண்ணா? எங்க அண்ணியை எங்களுக்கு எப்போ காட்ட போற? " ஹரி கேட்க, பெருமூச்சு ஒன்றை விட்ட சரவ-ணன்,

" அவளுக்கு கல்யாணமாகி இரண்டாவது குழந்தை பிறக்க போகுது, அஞ்சு மாசம் கர்ப்பம் இப்போ " அவன் சொன்னதை கேட்டு, இருவரும் அவன் முகத்தை பார்க்க,

" வேலை சேர்ந்த அப்போவே எனக்கு லவ் சொன்னா, நான் மாட்டேன் சொல்லிட்டேன். ரொம்ப நாளா என் பின்னாடி காதல் சொல்லிட்டு அலைஞ்சா, ஒரு ஆஃபீஸ் டூர் அப்போ நம்ம வீட்டை பத்தி சொல்லி விலகி போக சொல்லவும் அதுக்கு அப்புறம் பிராஞ்ச் மாறி போய்ட்டா, கல்யாணம் மூணு வருஷம் முன்னாடி எனக்கும் பத்திரிக்கை கொடுத்தா, நம்ம கூட போனோம் இல்ல ஹரி? பெரிய மண்டபம் ப்ளூ தீம் செம்ம செலவுன்னு சொன்ன இல்ல? " சரவணன் கேட்கவும் ஹரி ஆம் என்று தலையாட்ட,

" அவ்ளோ தான் அதுக்கு அப்புறம் திரும்ப எங்க பிராஞ்ச் மாறிட்டா, நல்ல புருஷன், லட்டு மாதிரி ஒரு பொண்ணு, சந்தோசமா இருக்கா. "

" நீ காதலிச்சியா அண்ணா அவங்களை? "

" தெரியல.. அவ கல்யாணத்தில் நிக்கும் போது நெஞ்சு வலிச்சுது சரியா மூச்சு கூட விட முடியல.. எதையோ இழந்த வலி அன்னிக்கு ராத்திரி. லவ் இருந்து இருக்கும் போல எனக்கும். அப்புறம், நாளாக நாளாக எல்லாம் சரியா போய்டுச்சு. அது எனக்கு கல்யாண வயசும் இல்ல. உங்களை எல்லாம் விட்டு என்னை மட்டும் யோசிக்க நான் பொறுப்பில்லாதவனும் இல்ல. போதும் அரட்டை நேரமாச்சு தூங்கலாம் டா.. "

சரவணன் அமைதியாய் படுத்து கொள்ள, தம்பிகள் இருவரும் இருபுறமும் அவனை அணைத்துக் கொண்டனர். மூவரின் கண்களும் கண்ணீரில் நிறைந்து இருந்தது.

9

கார்த்திக், ரஞ்சித் இருவரும் சொன்னதை எல்லாம் கேட்ட நவி மெல்ல அவளின் அண்ணனின் காதில் விஷயத்தை சொல்ல, முதலில் அதிர்ந்தாலும் பின் கார்த்திக் இருக்கும் மனநிலையை உணர்ந்து கொண்டான். எந்த அன்பு கொண்ட தம்பியும் அண்ணனின் வாழ்க்கை சரியாக வேண்டும் என்று தானே யோசிப்பான்? கார்த்திக் செய்தது தவறு இல்லை என்றாலும் அண்ணனின் காதலை காப்பாற்ற போய் அத்தனையும் திசை மாறி பிழையாகி விட்டது.

தன் தங்கை குறையின்றி வாழ, கார்த்திக்கின் மகிழ்வு முக்கியம். கார்த்திக் மகிழ, அவன் அண்ணனின் மகிழ்ச்சி முக்கியம் யோசித்து பார்த்தவன், கார்த்திக்கை நேரில் கண்டு பேச வேண்டும் என்று கூறி இருந்தான். அந்த வார ஞாயிற்றுக்கிழமையில் அவர்கள் வசிக்கும் அபார்ட்மெண்ட் வந்து நவியை கண்டவன், தங்கை இருக்கும் வீட்டில் தங்க முடியாது என ஹோட்டலில் அறை பார்க்க, கார்த்திக் அவன் இல்லத்தில் தங்க அழைத்து இருந்தான்.

கார்த்திக் பற்றி அறிய ஆவலாக இருந்தவனுக்கு இந்த அழைப்பு வசதியாக போக, சம்மதம் சொல்லி இருந்தான். ரஞ்சித் சமையல் முடித்து நவியின் அண்ணனை உண்ண அழைக்க வந்தான்.

" அண்ணா வாங்க சாப்பிடலாம். "

" என்னோட நேம் லோகேஷ். உங்க நேம் என்ன? "

" நான் ரஞ்சித் அண்ணா.. கார்த்திக் ப்ரெண்ட். நீங்க வந்த அப்போ சமையலுக்கு தேவையான பொருள் வாங்க போய் இருந்தேன். அதான் அறிமுகம் பண்ணிக்க முடியல. "

" இருக்கட்டும், சமையல் எல்லாம் செய்வீங்களா ரெண்டு பேரும்? "

" தினம் ஹோட்டல் எனக்கு கட்டுப்படி ஆகாது. கார்த்திக்கு கட்டுப்படி ஆனாலும் அவன் உடம்புக்கு ஹோட்டல் சாப்பாடு சுத்தமா ஆகாது. ஒரு நேரம் ரெண்டு நேரம் தாங்குவான். ஒரு வாரம் ரெண்டு வாரம் சொன்னா சொந்த சமையல் தான். அப்படி தான் ரெண்டு பேரும் சமையல் கத்துகிட்டோம். எங்க வர நேரம் எல்லாம் விருந்தே நடக்கும். எங்க ரெண்டு பேருக்கு முட்டை, ரசம், சாம்பார் இப்படி தான் சமையல். "

" எனக்கும் கொஞ்சம் கொஞ்சம் சமைக்க தெரியும். நவி சுத்தமா சமைக்க மாட்டா, இப்போ இங்க காய் அறுத்து, மேகி நூடுல்ஸ் சாப்பிட்டு வாழ்றா, இனிமேல் கார்த்திக் கையில் நல்லா சாப்பிடு சொல்லணும். " லோகேஷ் சிரிப்புடன் கூற, ரஞ்சித் வாய் விட்டு சிரித்து இருந்தான்.

" அப்போ கார்த்திக் மாட்டினான் சொல்லுங்க. " ரஞ்சித் கேட்டு விட்டு சிரிக்க, நவி அங்கு வரவும் சரியாக இருந்தது.

" என்ன சிரிப்பு சத்தம் வாசல் வரை கேட்குது ரெண்டு அண்ணனும் என்ன பேசி சிரிக்கரீங்க?" நவி கேள்விக்கு பதிலை லோகேஷ் கூற, கிண்டல் செய்யும் அண்ணனை அடித்து இருந்தாள். மூவரும் உணவை எடுத்து வைத்து விட்டு அரட்டையை தொடர, கார்த்திக் இல்லம் வந்து சேர்ந்தான். அவர்களை பார்த்து பத்து நிமிடம் என்று அறைக்குள் சென்றவன் குளித்து வர, நால்வரும் உணவு உண்ண ஆரம்பித்து இருந்தனர். ரஞ்சித் முயன்று செய்து இருந்த சாம்பார், சிக்கன் வறுவல், ரசம்

அனைத்தும் நன்றாக இருந்தது. பொறுமையாய் உண்டு எடுத்து வைத்து வந்து ஹாலில் அமர, ரஞ்சித் டிவியை போட,

" ரஞ்சித் டிவி வேண்டாம் சில விஷயம் பேசணும் எனக்கு உங்க எல்லார் கூடவும் "

ரஞ்சித் டிவியை அணைத்து விட்டு வந்து அவன் அருகில் அமர, லோகேஷ் கார்த்திக் முகத்தை பார்த்தான்.

" எனக்கு சுத்தி வளைக்க விருப்பம் இல்ல கார்த்திக். எனக்கு உங்களை பிடிச்சு இருக்கு, புதுசா பழக்குற மாதிரியே இல்ல. எனக்கு சம்மதம், என் முடிவு தான் என் அம்மாக்கும், நாங்க பெரிய வசதியான குடும்பம் எல்லாம் இல்ல. இப்போ தான் சொந்த வீடு வேலையே தொடங்கி இருக்கேன். நவியும் அவ வேலையில் இப்போ தான் ஒரு இடத்துக்கு வந்து இருக்கா, நிச்சயம் எப்போ வேணாலும் வைக்க தயார், ஆனா கல்யாணம் ஆறு அல்லது எட்டு மாசம் அப்புறம் தான் வைக்க முடியும். வீடு தங்கச்சி கல்யாணம் ரெண்டும் பெரிய செலவு அதும் போக அடுத்து அடுத்து விஷேசம் வெச்சா கண்ணுப்படும் அம்மாக்கு ஒரு தயக்கம். அவ்ளோ தான் எங்க பக்கம் வேண்டுகோள், நிலைமை எல்லாம். உங்க வீட்டில் நீங்க பேசிட்டு சொல்லுங்க. நானும் உங்க அண்ணா கூட பேசறேன். உங்க விருப்பம் போல எப்ப சொன்னாலும் சந்தோசம். "

" அது.. எனக்கு எந்த அவசரமும் இல்ல. உங்களுக்கு நவி சொல்லி இருப்பான்னு நினைக்கிறேன். என் அண்ணன் கல்யாணம் முடிஞ்சு தான் எனக்கு கல்யாணம். அதுக்காக நான் முயற்சி பண்ணிட்டு இருக்கேன். நீங்க வீட்டை கட்டி முடிங்க, அதுக்குள்ள நானும் அண்ணா கல்யாணத்தை முடிக்க முயற்சி செய்யுறேன்."

" கார்த்திக் எனக்கு உங்க நிலைமை புரியுது. உங்க அண்ணா சந்தோசம் தான் உங்க நிம்மதி. நீங்க சந்தோசமா இருந்தா தான் என் தங்கச்சி சந்தோசமா இருப்பா, அவளோட சந்தோசம் தான் எங்களுக்கு எல்லாமே, நம்ம எல்லாரும் உறவாக போறோம் கார்த்திக். நவிக்கு நீங்க தான் ஆனதுக்கு அப்புறம் என்ன அவசரம் உங்க அண்ணா கல்யாணம்

சிறப்பா முடியட்டும். நம்ம காத்து இருப்போம். " லோகேஷ் பேசியது கேட்டு நவி, ரஞ்சித் இருவர் முகத்திலும் புன்னகை. கார்த்திக் முகத்தில் நிறைவு.

" லோகேஷ் அண்ணா நான் ஒரு ஐடியா சொல்லவா?!"

" என்ன ஐடியா? எதுக்கு ஐடியா? "

" எல்லார் கல்யாணமும் நடக்க தான். "

" என்ன சொல்லுங்க ரஞ்சித் அண்ணா அது ஐடியா வா இல்லை-யான்னு நான் சொல்றேன்.". நவி அவனை வாரிவிட,

" லோகேஷ் அண்ணா நீங்க நாளைக்கு அஷ்வின் அண்ணாவை போய் பார்த்துட்டு ஊருக்கு போங்க, இப்போ சொன்னதை அப்படியே சொல்-லுங்க. அஷ்வின் அண்ணா சரி, சம்மதம் சொல்வார். நீங்க கார்த்-திக் உங்க கல்யாணம் முடிஞ்சு தான் சொல்லிட்டாருன்னு ஒரு குண்டு போட்டு, நீங்க தான் உங்களுக்குள் பேசி ஒரு முடிவுக்கு வரணும் சொல்லிடுங்க. "

" டேய் என் அண்ணன் என்னை கொலை பண்ணவா? "

" அண்ணா செம்ம ஐடியா தான் இது, ஆனா கார்த்திக்காக அஷ்வின் அண்ணா கல்யாணம் பண்ணிப்பாரா? அதான் சந்தேகம். "

" சரியான சந்தேகம் தான் ஆனா, அஷ்வின் அண்ணா கார்த்திக் மேல அதிக அன்பை வெச்சு இருக்கிறவர். அவனுக்கு தடையா கண்டிப்பா நிக்க மாட்டார். அதும் கல்யாண விஷயத்தில் கண்டிப்பா நிக்க மாட்-டார். ஆக கொஞ்சம் முயற்சி பண்ணி அழுத்தினா கண்டிப்பா சம்மதிக்க வாய்ப்பு இருக்கு. லோகேஷ் அண்ணா திரியை பத்த வெச்சா போதும். பத்திக்கும்.. "

" முயற்சி செய்வோம் கார்த்திக் " நவி கேட்கவும் சரியென கூறினான்.

" அப்போ உங்க அண்ணாகிட்ட உங்க காதலை சொல்லி இன்னிக்கி நவியை அறிமுகம் பண்ணிடுங்க. நாளைக்கு நாம எல்லாரும் போய் பேசலாம். " லோகேஷ் கூறவும் கார்த்திக் சம்மதம் சொல்லி நன்றியும் கூறி இருந்தான். மாலை ஆறு மணிக்கு செல்வோம் என்று கூறி விட்டு நவி சென்று விட, ஆண்கள் மூவரும் பொது விஷயங்களை பேசிக்-கொண்டு இருந்தனர்.

மாலை நவியுடன் கார்த்திக் அவன் அண்ணனை காண செல்ல, அஷ்-வின் கேள்வியாக நவநீதாவை பார்க்க, மெல்ல கார்த்திக் அவன் காதல் பற்றி கூற, அஷ்வின் முகத்தில் ஆச்சரியமும் புன்னகையும் வந்தது. பரத் சித்தப்பனை கண்டதும் கார்த்திக்கை நோக்கி வந்து இருந்தான். கார்த்திக் மெல்ல நவி பற்றி சொல்லி அவளை சித்தி என்று அறிமுகம் செய்ய,

" இவங்க என் கூட இருப்பாங்களா சித்தப்பா? "

" இருப்பேன் தங்கம். நீயும் நானும் ஒன்னா இருப்போம் சரியா? "

" எப்போ இருந்து என்னோட இருப்பீங்க? உங்க ட்ரெஸ் எல்லாம் எங்க? "

" நான் உன்னோட வர உன் சித்தப்பாவை கல்யாணம் பண்ணனும். அப்புறம் தான் உன்னோட இருக்க முடியும். "

" அப்போ இப்போவே பண்ணிக்க சித்தப்பா "

" அது பெரிய டாஸ்க் பரத், ஆனா பிராமிஸ் சீக்கிரமே நவி சித்தி நம்ம கூட வந்துருவாங்க "

இவர்கள் பேசிக்கொண்டு இருக்க, அஷ்வின் காபி கலந்து கொண்டு வந்து தர, நவி எடுத்து கொண்டாள். கார்த்திக் எதுவும் பேசாது அமை-தியாக அமர்ந்திருக்க,

" கார்த்தி காஃபி குடி, இவங்க வீட்டில் எல்லாருக்கும் தெரியுமா? இல்ல நம்ம பேச போகணுமா? "

" தெரியும். அவங்க அண்ணா உன்னோட பேச நாளைக்கு வரேன் சொல்லி இருக்கார். "

" கண்டிப்பா வர சொல்லு, நீயும் வரணும் மா, சாப்பிட்டு போகலாம் மதியம், அண்ணா மட்டும் தான் வந்து இருக்காறா? அம்மா வரலையா? "

" இல்ல மாமா.. அம்மா அண்ணாவை முதலில் பேசிட்டு வர சொன்னாங்க. அதுக்கு அப்புறம் சொந்தம் எல்லாம் ஒன்னா வருவாங்க. இனி இது நம்ம வீடு அடிக்கடி வருவாங்க "

" சரிண்ணா அப்போ நாங்க கிளம்புரோம். லேட் நைட் ஆகிட்டா கஷ்டம். நவி வேற டுட்டிக்கு போகனும். "

" சரிடா.. நாளைக்கு பார்ப்போம். பரத் மட்டும் ஏக்கமாக நவி முகம் பார்க்க, அவனை அள்ளி முத்தம் வைத்து நாளைக்கு வருகிறேன் என சமாதானம் சொல்லி சென்று இருந்தாள்.

அடுத்த நாள் ரஞ்சித், கார்த்திக் இருவரையும் பார்த்து பரத் ஓடி வர, நவியை கண்டதும் இன்னும் உற்சாகமாக மாறி இருந்தான். லோகேஷ் அவனுக்கு பொம்மை வாங்கி தர, முதல் முறை வீட்டில் நிறைந்து கூட்டம் பார்த்து சின்னவன் அவனுக்கு அத்தனை குஷி, அஷ்வின் வரவேற்று அறிமுகம் செய்து அவனை பற்றியும், கார்த்திக் பற்றியும் அனைத்து எடுத்து சொல்ல, லோகேஷ் அவர்கள் வீட்டை பத்தியும் அவர்களின் இப்போதைய நிலையும் கூறி இருந்தான்.

" லோகேஷ் நீங்க வீடு கட்டுனதும் சொல்லுங்க. கல்யாணத்தை வெச்சுடுவோம் செலவை பத்தி எதும் யோசிக்க வேண்டாம். எல்லா செலவும் எங்க பொறுப்பு. கார்த்திக் கல்யாணம் பெருசா செய்யனும் அம்மாக்கு

அவ்ளோ ஆசை. அதை அம்மா இடத்தில் இருந்து நான் செய்யனும் ஆசைப்படுறேன். நீங்க இதுக்கு மறுப்பு சொல்ல கூடாது. "

" அதெல்லாம் இருக்கட்டும் மாப்பிள்ளை இன்னொரு விஷயம் சொன்னாங்க.. உங்க கல்யாணம்.. மன்னிக்கணும் உங்களுக்கு கல்யாணம் பண்ணிட்டு தான் அவர் கல்யாணம் கார்த்திக் சொல்லிட்டார். உங்க கல்யாணம் எப்போ அஷ்வின்? "

லோகேஷ் கேட்ட கேள்வியில் அஷ்வின் கார்த்திக் முகத்தை பார்க்க, கார்த்தி இறுக்கமாக அமர்ந்து இருந்தான். அஷ்வின் எதுவும் பதில் சொல்ல முடியாது அமர்ந்து இருக்க,

" எனக்கு உங்க சூழ்நிலை புரியுது அஷ்வின், ஆனா உங்க கல்யாணம் பார்க்காம கார்த்திக்கு நிம்மதி இல்ல, கார்த்திக்கு இல்லாத நிம்மதி அவரை கல்யாணம் பண்ணிட்டு நவநீதாக்கு மட்டும் எப்படி கிடைக்கும்? அவ சந்தோசமா இல்லாம நானும் அம்மாவும் தினம் தவிக்கனும். யோசிச்சு ஒரு முடிவு பண்ணிட்டு சொல்லுங்க. " லோகேஷ் நவியை அழைத்து சென்று விட, அஷ்வின் கோவத்தில் கார்த்திக்கை அறைந்து இருந்தான்.

10

" அம்மா எதுக்கு இப்போ இப்படி அழற? ஊருக்குள்ள உன் வயசில் தான் பலருக்கு முதல் கல்யாணமே நடக்குது. இது உன் வாழ்க்கை நீ உன் விருப்பம் போல வாழலாம். யாரோ நாலு பேர் பேசுவாங்க சொல்லி தயங்கி நிக்காத மா "

" பேசாத ஆத்வி, இருக்கிற கோவத்தில் கல்யாண பொண்ணு கூட பார்க்காம உன்னை அடிச்சுட போறேன். புரட்சி பண்றியா? நான் கேட்-டேனா உன்கிட்ட எனக்கு துணை வேணும் சொல்லி? இந்த வயசில் கல்யாணம் கட்டிக்கிட்டு நான் என்னடி செய்ய போறேன்? "

" அம்மா கல்யாணம் எல்லாரும் எதுக்காக பண்றாங்க? வயசு இருக்-குன்னா? இல்ல வயசு தேவைக்குன்னா? எதுக்கும் இல்ல.. தனக்கு ஒரு துணை வேணும் தான். எந்த இன்பமோ, துன்பமோ பகிர துணை வேணும். ஆறுதல் சொல்ல, அன்பு செலுத்த, தோள் சாய, இப்-படி யாராவது ஒருத்தர் வேணும் தானே? எனக்கு துணை முக்கியம்னு சொன்ன நீ தான் இப்போ உனக்குன்னு சொன்னதும் வேற மாதிரி பேசற "

" எனக்கு கல்யாணம் வேண்டாம் ஆத்வி மா.. எனக்கு விருப்பமும் இல்ல, நம்பிக்கையும் இல்ல. கல்யாண வாழ்க்கையில் தோத்து போய் தானே இப்படி தனிமரமா நிக்கிறேன்? எனக்கு அதில் பிடிப்பே இல்ல. இனி இதை பத்தி என்கிட்ட பேசாத "

" சரி இதே பதில் தான் உனக்கும். நானும் கல்யாணம் பண்ணிக்க மாட்டேன். நீயும் இனி அதை பத்தி என்கிட்ட பேசாத. உனக்கு பிடிப்பு இல்லாம போன கல்யாணத்தை பண்ணிட்டு நான் மட்டும் என்ன செய்ய போறேன்? "

" ஆத்வி உன் வயசுக்கு துணை அவசியம்டி. பைத்தியம் மாதிரி புரியாம பேசிட்டு இருக்காத "

" நீ சம்மதம் சொன்னா நான் பண்ணிக்கிறேன். இல்லையா இதை பேசவே வேண்டாம். எப்பவும் போல உனக்கு நான், எனக்கு நீ அவ்ளோ தான்."

" ஆத்வி மாப்பிள்ளை வீட்டில் உன் பேச்சை கேட்டா சிரிப்பாங்க. அதும் போக கல்யாணம் வேண்டாம் நீ நிச்சயம் முன்னாடி சொல்லி இருக்கனும். இப்போ நீ நினைச்சாலும் நிறுத்த முடியாது. "

" அம்மா நீ ஒன்ன மறந்துட்டு பேசிட்டு இருக்க, சிவாக்கு நான் போட்ட கண்டிசன் உன் மறுமணம் தான். அவர் சம்மதம் சொல்லவும் தான் இந்த கல்யாண நிச்சயமே நடந்தது. அவரோ, அவர் வீட்டிலோ இதை மறுத்து பேசினா, எனக்கு விருப்பம் இல்லன்னு சொல்லிட்டு போய்ட்டே இருப்பேன். ஆனா, உன் மருமகனுக்கு முழு சம்மதம். அவர் உதவியும் இதில் இருக்கு. அவரும் நீங்க கல்யாணம் பண்ணிக்காம எங்க கல்யாணம் நடக்கிறது இல்லன்னு தீர்மானமே பண்ணிட்டார். "

" இப்படி என்னை வற்புறுத்தி சம்மதம் வாங்க முடிவா? கல்யாணம் விளையாட்டு இல்ல எனக்கு துணை வேணுமா வேண்டாமான்னு முடிவு பண்ண வேண்டியது நான், விருப்பமில்லாம என்னை வற்புறுத்தி நீ எனக்கு தர போறது துணை இல்ல ஆத்விகா தண்டனை."

" என்ன சொன்னாலும் உங்க கல்யாணம் நடக்காம எனக்கு.. எனக்கு மட்டும் இல்ல சிவாக்கும் கல்யாணம் கிடையாது. நாங்க காத்து இருப்போம் உங்க மனசு மாறுற வரை. சாப்பாடு ஆர்டர் பண்ணி இருக்கேன்

வாங்க சாப்பிட்டு தூங்குங்க "

பார்கவி கண்ணீரோடு அமர ஆத்வி உணவை ஊட்டி விட, எதுவும் பேசாது அவளிடம் உணவை வாங்கி கொண்டார். ஆத்வியின் பிடிவாதம் அவரை கலங்க செய்து இருந்தது. அவர் மனதை சொல்லும் வழி தெரியாது வாயடைத்து போய் இருந்தார்.

காலையில் சிவா வரவும் ஆத்விகா இரவு நடந்ததை சொல்ல,

" இவளோ இறுக்காதே ஆத்விகா கொஞ்சம் யோசிக்க நேரம் குடு. உன் எண்ணம் சரி தான். ஆனா அத்தையோட விருப்பம் இல்லாம இதை செய்ய முடியாது."

" சிவா நான் ஏன் இதில் இவளோ உறுதியா இருக்கேன் தெரியுமா? 16 வயசில் என்ன தெரியும்? விருப்பம் இல்லாத என் அப்பாவை கல்யாணம் பண்ணிட்டு உடல் உறவு என்னன்னு கூட தெரியாத என் அம்மாக்கு நடந்தது என்ன?மேரிடியல் ரேப். 17 வயசில் நான் கையில் குழந்தையா, அப்போ அவங்களே குழந்தை தான். உடம்பு முடியாம, என்னை பார்க்க முடியாம கஷ்டப்பட்ட அப்போ புருஷனா கூட இல்லாம இன்னொருத்தி கூட போன அப்பா திரும்பி வரவே இல்ல. அவங்க வாழ்க்கையில் காதல், அன்பு, ஆறுதல், ஏன் தாம்பத்தியம் கூட இல்ல. தினம் நடுங்கற பயத்தில் அவங்க பெண்மையை காப்பாத்திக்க எத்தனை போராட்டம் தெரியுமா? அவங்க போராட்டம், பயம் எல்லாம் எனக்கு வேண்டாம் தான் என் கல்யாணம் முக்கியம்னு இருக்காங்க. அவங்களை இனியும் தனியா விட்டு சுயநலமா என் வாழ்க்கையை மட்டும் நான் பார்க்கணுமா? அவங்க கண்ணீரும் பயமும் தான் என்னை இந்த முடிவுக்கு கொண்டு வந்து விட்டுச்சு. எனக்காக எதாவது செய்யனும் இருந்தா அவங்க இதை செய்யட்டும். எனக்கு பிடிவாதம் தான். அவங்க சம்மதம் சொல்ற வரை நம்ம கல்யாணமும் நடக்க வாய்ப்பு இல்ல. "

" நான் காத்து இருக்க தயார் ஆத்வி மா, நீ அத்தையை கஷ்டப்படுத்தாத பேசி சம்மதம் வாங்குவோம். அவங்களுக்கு கல்யாணம் சொன்னதும் மிரட்சியா தான் இருக்கும். ஊரும் உறவும் என்ன சொல்-

லும்? அவங்க வயசு இதெல்லாம் யோசிக்க வைக்கும் தானே? அவங்க பழைய மனுஷி இல்லையா? அவங்க உன் எண்ணத்தை புரிஞ்சுக்க நேரம் கொடு. "

" நான் இப்போவே சொல்லல சிவா. யோசிச்சு முடிவு சொல்லட்டும். ஆனா அவங்க பதில் சம்மதம் மட்டும் தான்."

" சரி அத்தை எங்க? நான் வந்ததில் இருந்து பார்க்கவே இல்ல "

" குளிச்சுட்டு இருக்காங்க. வருவாங்க நீங்க சாப்பிட்டீங்களா?"

" இல்ல.. ராத்திரி எல்லாம் அத்தை என்ன சொன்னாங்க, நீ என்ன பேசினேன் கவலை. எழுந்ததும் உங்களை பார்க்க வந்துட்டேன். நீ பொறுமையும் பக்குவமும் உள்ள பொண்ணு தான் ஆனா உன் பிடிவா-தம் அவங்களையும் உன்னையும் காயப்படுத்த கூடாதுன்னு தவிப்பு "

" சரி தோசை சுட்டு இருக்கேன் சூடா இருக்கு சாப்பிடுங்க. அடுத்து எடுத்துட்டு வரேன். "

சிவனேஷ் உண்ண, பார்கவி வந்தார். அவனை கண்டு எப்போதும் சிந்-தும் புன்னகை இல்லை. சலனமின்றி நின்று இருந்தார்.

" அத்தை என் மேல உங்களுக்கு வருத்தம் இருக்குன்னு புரியுது. ஆனா ஆத்விகா எண்ணமும் சரி தானே? "

" சரி தான் ஆனா சாத்தியம் இல்ல. விருப்பமே இல்லாம தான் செய்யனும். உங்க கல்யாணத்துக்கு அப்புறம் என் கல்யாணத்தை பத்தி பொறுமையா பேசலாமே? "

" இல்ல அத்தை நீங்களும் மாமாவும் ஆசிர்வாதம் பண்ணா தான் எங்க கல்யாணம் நடக்கும். "

" என் புருஷன் இன்னும் சாகல, முறைப்படி நாங்க இன்னும் விவாக-

ரத்து வாங்கல. அப்புறம் எப்படி எனக்கு இன்னொரு கல்யாணம் நடக்-கும்? " பார்கவி கேட்ட கேள்வியில் சிவா ஆத்வி முகம் பார்க்க, ஆத்விகா அமைதியாய் அவன் முன் உணவோடு அமர்ந்து இருந்தாள். இருவரும் உணவை உண்டு வேலைக்கு கிளம்ப,

" நான் ஈவ்னிங் பேசறேன். வரேன் ஆத்விகா " சிவா விடைபெற்று செல்ல, ஆத்வியும் கிளம்பி இருந்தாள்.

மாலை இருவரும் காஃபி ஷாப்பில் பார்க்க, சிவா கோவத்தில் இருந்-தான்.

" அம்மாக்கு கல்யாணம் பண்ணனும் யோசிச்ச உனக்கு உன் அப்பா பத்தி யோசனை இல்ல தானே? எப்படி அத்தைக்கு கல்யாணம் பண்-ணுவேன் சொல்லு? "

" அவர் இறந்து ரெண்டு வருசம் ஆகுது சிவா. அம்மாக்கு தெரியாது எனக்கு தான் தகவல் வந்தது. நான் அம்மாக்கு சொல்லவே இல்ல. சொந்தம் பந்தம் யாரும் இல்லாம தனியா இருக்கிற எங்களுக்கு தகவல் தெரிஞ்சதே ஒரு மாசம் கழிச்சு தான். தகவல் தெரிஞ்சா பொட்டு வளையல் எல்லாம் விட்டு விதவை கோலத்தில் நின்னு இருப்பாங்க. அவங்களை எவ்ளோ தான் கஷ்டப்பட வைக்கிறது சொல்லுங்க? "

" ஏய் ஆத்விகா இன்னும் என்ன எல்லாம் அவங்களுக்கு சொல்லாம வெச்சு இருக்க? "

" இதை மட்டும் தான் மறைச்சு இருக்கேன். அப்புறம், விஷால் அண்ணா கால் பண்ணாரு செல்வா அப்பாக்கு அம்மாவை பிடிச்சு இருக்காம். சம்மதம் சொல்லி இருக்கார். "

" ஓ.. இது நல்ல விஷயம் தான் ஆனா அத்தை? "

" இன்னும் இருக்கு சிவா.. செல்வா அப்பா லவ் பண்ண பொண்ணு எங்க அம்மா தானாம்.. விஷால் அண்ணா ஏதோ அதிசயம் இதுன்னு

சொன்னார். என் அம்மா செல்வா அப்பாவை லவ் பண்ணி இருக்காங்க. எனக்கு கூட என் அம்மா சொல்லல, என்னால தாங்க முடியல சிவா. "

" ஆத்வி அழாத மா.. எல்லாரும் பார்க்கிறாங்க பாரு " சிவா அவளின் கண் துடைத்து விட, அவன் தோளில் சாய்ந்து கொண்டாள்.

" எல்லாமே சரியா தான் நடக்குது. செல்வா மாமாவை வர சொல்வோம் ஆத்வி, அவரை பார்த்தா அத்தை எதும் சொல்ல வாய்ப்பு இருக்கு. போதும் அவங்களுக்கு கஷ்டம். இனியாவது நிம்மதியா இருக்கட்டும்."

" என்ன செய்ய தான் தெரியாம நிக்கிறேன். விஷால் அண்ணா அம்மாகிட்ட பேச சொல்லி இருக்கார். என்ன பேசுவேன்? எங்க அப்பா போனதை சொல்லி, உன் பழைய காதலனை கல்யாணம் பண்ணிக்கோ சொல்ல முடியுமா? "

" முடியாது தான் அதுக்கு தான் செல்வா அப்பாவை வீட்டுக்கு வர சொல்றேன். சும்மா எதர்ச்சையா வந்த மாதிரி வரட்டும். மத்த எல்லாம் அப்புறம் பேசுவோம். அவங்க காதலே அவங்களை சேர்த்து வைக்கும். நம்ம வெறும் கருவி தான். முதலில் உங்க அப்பா இல்லன்னு அத்தைக்கு சொல்லணும். அப்புறம் செல்வா மாமா குடும்பத்தோட வரட்டும் சரியா? "

" அம்மாகிட்ட சொல்ல தைரியமே இல்ல சிவா எனக்கு.. ரெண்டு வருஷமா மறைச்சு இருக்கேன். பயமா இருக்கு "

" சொல்லி தான் ஆகனும். இப்போ அதுக்கான நேரம். கோவத்தில் ரெண்டு அடி அடிச்சாலும் வாங்கிக்கோ. வேற வழி இல்ல, உன் எண்ணம் நிறைவேற பல கஷ்டம் தாண்டி தான் ஆகனும். அதில் இது ரெண்டாம் படி. கண்ணை மூடிட்டு காலை வை. நமக்கு காரியம் தான் பெருசு புரியுதா? "

சிவா சொன்ன தைரியத்தில் ஆத்வி வீட்டின் உள்ளே செல்ல, பார்கவி

அவளை கண்டதும் கதறி அழுதபடி அவளை கை போன போக்கில் அடிக்க, கை கால், முதுகு என ஆத்விகா முதல் முறை தாயின் கோவத்தை வாங்கி கொண்டாள்.

11

அறை வந்தவள் கண்ணீரில் மீண்டும் கரைந்து உறங்கி இருந்தாள். பாதி இரவில் அவள் அருகில் வந்து படுத்தவன் கண்மணியின் சோர்ந்த முகம் பார்த்து யோசனையில் அமர்ந்து இருந்தான். இனி திரும்பி செல்ல முடியாத பாதையை நினைத்து அழுது என்ன பயன் என்று தோன்ற, கண்மணியுடன் வாழ மனம் வலித்தாலும் இது தானே உண்மை என தோன்ற, அவளிடம் முதலில் பழையபடி சகஜமாக பேச வேண்டும் என்று முடிவு செய்து உறங்கி இருந்தான்.

காலையில் அவளை கோவிலுக்கு போகலாம் என்று கிளம்ப சொல்ல, கண்மணி தயங்க, பிரபா மீண்டும் கிளம்ப சொல்லவும் தயாராகி வந்து இருந்தாள். அவனின் பைக்கில் ஏற சொல்ல அதற்கும் தயங்கி நிற்க, பிரபா முகம் வாடிப்போனது. இயல்பாக பேசி சிரித்தவளை இப்படி தயங்கி தயங்கி நிற்க வைத்து இருக்கிறோம் என்று தோன்ற மனம் வலித்தது. அவன் முகம் வாடியதை பார்த்து வண்டியின் பின்னே அமர்ந்தாள்.

அவள் வெள்ளிக்கிழமை வரும் துர்கை அம்மன் கோவில் வந்தவர்கள் அமைதியாய் தரிசனம் முடிக்க, கோவில் பிரசாதம் வாங்கி வந்து கொடுத்தான் பிரபா. லட்டை பிரித்து பாதியை பிரபா கையில் கொடுக்க வாங்கி உண்டு இருந்தான்.

" கண்மணி நான் நேத்து பேசும் போதே பாதியில் வந்துட்ட, எனக்கு

உன்கிட்ட சில விஷயங்கள் சொல்லணும். முடிஞ்சு போன காதலை மறுபடியும் சேர்க்க முடியாது. திவ்யா எப்படி இருக்காலோ எனக்கு கவலை இருக்கு, அன்பும் அக்கறையும் இருக்கு, அதுக்காக உன்னை நினைக்காம இல்ல. இந்த ஜென்மத்தில் நீ தான் கண்மணி என் பொண்டாட்டி. நம்ம வாழ்க்கையை ஆரம்பிப்போமா? "

" என் மேல பரிதாபப்பட்டு வந்ததா மாமா இந்த முடிவு? இல்ல வேற வழி இல்ல இவளோட தான் வாழனும் இந்த முடிவா? "

" ரெண்டுமே இல்ல. திவ்யா நான் இழந்த சொத்து, நீ என் கையில் உள்ள பொக்கிஷம். இல்லாத திவ்யாவை நினைச்சு இருக்கிற கண்மணியை இழக்க விருப்பம் இல்ல. அதும் இல்லாம உன்னை எனக்கு தெரியுமே கண்மணி? என் தோழியா பார்த்த உன்னை காதலியா மனைவியா பார்க்க முடியல. நீ என் உணர்வு புரிஞ்சு இந்த கல்யாணத்தை நிறுத்துவேன் நினைச்சேன் அது நடக்கல. நான் எவ்ளோ பெரிய முட்டாள் பார்த்தியா? ஆம்பள நான் கெஞ்சி, கூத்தாடி கேட்டே விடல. நீ கேட்டு இருந்தா விட்டா இருக்க போறாங்க? என்னை அடக்கின அவங்களுக்கு உன்னை அடக்க முடியாதா? "

" அதும் இல்லாம உன்மேல மட்டும் கோபப்பட்டு என்னாக போகுது சொல்லு? என் அம்மாவே என் மனசை புரிஞ்சுக்காத அப்போ வேற யாரை என்ன சொல்வேன்? என் வாழ்க்கை உன்னோட தான் என்னை சேர்த்து இருக்கு, என்னை விரும்புற உன்னை ஒதுக்கிட்டு வேற யாரோட வாழ முடியும்? என்னை ஏத்துக்கோன்னு எப்பவும் நீ தானே கேட்ப? முதல் முறை நான் கேட்கிறேன் என்னை ஏத்துக்கோ கண்மணி, என் தப்பை எல்லாம் மன்னிச்சு எனக்கு ஒரு வாய்ப்பு கொடு "

" என்ன பேசற மாமா? உனக்காக தான் இந்த உயிரை பிடிச்சுட்டு இருக்கேன். உன்னையாவது அத்தை விரும்பம் போல படிக்க விட்டாங்க. என்னை படிக்க கூட விடல மாமா. என் அண்ணன் படிச்சு இருக்கான் ஆனா அறிவு இருக்கா? காதல் பண்ணிட்டு போய்டுவேன் என்மேல சந்தேகம் அம்மாக்கு, நல்ல துணி போட்டு வெளிய போனாலே எதாவது சொல்லி ஃபோன் பேசிட்டே இருப்பாங்க. போன இடத்தில்

உக்கார கூட முடியாது. எனக்கு கோடிங் படிக்க ஆசை அதும் ஜாவா ரொம்ப விருப்பம். அப்பா அம்மாவை எதிர்த்து பேசாத பூச்சி. அண்ணன் அம்மா பிள்ளை அவங்களை போலவே அவனுக்கு காசு பணம் கவுரவம் தான் முக்கியம்."

" எனக்கு ஆறுதலே நீ வர நேரம் தான் மாமா. உன்னோட வெளிய அனுப்புவாங்க, உன்னோட இருந்தா படம் பார்க்க, கோவில் போக, புக் படிக்க, ஊரை சுத்த எல்லாம் முடியும். நீ என்னோடவே இருக்கனும் அப்போ தான் வெளிய போக முடியும்னு வெகுளி ஆசை தான் உன்மேல விருப்பம் வர காரணம், வயசு கூட அது காதலா மாறிடுச்சு. நீ உன் மனசில் நான் இல்லன்னு சொன்னதும் என் தாழ்வுமனப்பான்மை என்னை கொன்னுச்சு. அப்புறம் யோசிக்கவும் தான் உன் மனசு புரிஞ்சு வீட்டில் கல்யாணம் வேண்டாம் சொன்னேன். "

" எனக்காக பேசினியா கண்மணி? சாரி எனக்கு உன்மேல பயங்கர கோவம்.. கோவத்தில் அறிவு இல்லாம இருந்துட்டேன்.. "

" நான் வேண்டாம் சொன்னதும் அண்ணன் உன் உயிரை எடுத்துருவேன் சொன்னான். திவ்யா தேடி அவன் போனா அவன் உயிர் இருக்காது. மரியாதை அவனை கல்யாணம் பண்ணிட்டு குடும்ப கவுரவத்தை காப்பாத்து, இல்ல பிரபா சாவுக்கு காரணமாக வேண்டியது வரும் சொன்னான். உன் உயிரில் விளையாட என்னால முடியாது மாமா. நீ உயிரோட இருந்தா போதும் மனசு சொல்லவும் ஊமையா இருந்து உன் தாலியை வாங்கிட்டேன். "

" போதும் கண்மணி வீட்டுக்கு போலாம். என்னால அழுகையை கட்டுப்படுத்த முடியல "

" சாரி மாமா.. மனசு விட்டு பேசிடனும் சொல்லிட்டேன். "

இருவரும் இல்லம் வர பிரபா அமைதியாய் அறைக்குள் நுழைந்து இருக்க, கண்மணி அவனுக்கு காஃபி போட்டு வந்து கொடுத்தாள். கண் கலங்கி அமர்ந்து இருந்தவன் அவளை கண்டதும் தலைகுனிய,

" உன் தப்பு இதில் எதும் இல்ல மாமா "

" ஏன் கண்மணி இவளோ நாளா சொல்லாம இருந்த? ஃபர்ஸ்ட் நைட் அப்போ கேட்டேன் தானே? உன்னை கோவத்தில் அடிச்சேன் தானே? அப்பவாவது சொல்லி இருக்கலாம் இல்ல? பைத்தியமாடி நீ? "

" தெரியல அப்போ நீங்க இருந்த கோவத்தில் எதையும் சொல்லி இருந்தா, நீங்க என்னை விட்டு போய்டுவீங்க பயம். ஏன்னா தாலி வாங்கின தைரியத்தில் உங்களை என் காதலால் சரி பண்ணிடலாம் மனசு சொல்லுச்சு. உங்களை இழக்க கூடாதுன்னு ஒரு உறுதி. தப்பா தான் தெரிஞ்சும் என் காதல் செய்ய சொல்லுச்சு அதான் அமைதியா இருந்தேன். "

" ஐயோ எதும் தெரியாம உன்னை எவ்ளோ காயப்படுத்தி இருக்கேன்? ஒரு பொண்ணுக்கு செஞ்ச பாவமே என்னை சும்மா விடாது.. இதில் கட்டின பொண்டாட்டி உனக்கும் பாவம் பண்ணிட்டு இருந்து இருக்கேன். எனக்கே என் மேல வெறுப்பா வருது.. போ கண்மணி வெளிய போ என்னை கொஞ்ச நேரம் தனியா விடு "

" மாமா.. நீ ஏன் இப்படி உன்னை கஷ்டப்படுத்துற? உன் அம்மாக்கும் என் அம்மாக்கும் கவுரவம், காசு தான் முக்கியம். நம்ம உணர்வும், ஆசையும் முக்கியம் இல்ல. அவங்க இஷ்டம் போல நம்ம வாழ்க்-கையை மாத்தி விட்டாங்க. வலியில் நிக்கிறது நம்ம தான். இதில் உன் தப்பு என்ன? காதலிக்கிறது தப்பா? ஒருத்தரை நேசிக்க கூடாது, அன்பு வைக்க கூடாது சொல்ல இவங்க யார்? அன்பை தரம் பார்த்தா வைக்க முடியும்? "

" போதும் கண்மணி அழுகை.. இனி நீ சந்தோசமா இருக்கனும். உன்னை கலங்க விட மாட்டேன். உடனே எல்லாம் சரியாகாது, படி படியா எல்லாத்தையும் சரி செய்வோம். நல்ல புருஷன் பொண்டாட்டி-யாக புரிதல் முக்கியம். நம்ம நட்பில் ஆரம்பிப்போம், எப்பவும் போல என்கிட்ட சகஜமா பேசு கண்மணி. உன் பிரபா மாற முயற்சி செய்றேன்,

அதுக்கு உன் உதவியும் வேணும். "

கண்மணி கை எடுத்து கும்பிட, அவளின் இரு கையையும் இறக்கியவன், அவன் நெஞ்சில் சாய்த்து கொண்டான். குலுங்கி அழுதவளின் தலை வருடி சமாதானம் செய்து இருந்தான். அன்று மதியம் வரை அறைக்குள் அடைந்து கிடந்தவர்கள் மதியம் உண்ண வரவும் பிரபாவின் அம்மா கண்மணியை கேள்வியாக பார்க்க, எதுவும் பேசாது அவனுக்கு உணவை கொடுத்து விட்டு வந்து இவளும் உண்டு விட்டு அறைக்குள் சென்று இருந்தாள்.

இரு வாரம் கடந்து இருந்தது இருவரின் இடையில் இயல்பான பேச்சு ஆரம்பித்து இருந்தது. பிரபா கட்டாயப்படுத்தி அவளை ஜாவா படிக்க சேர்த்து விட்டான். தினம் காலையில் அவனே அழைத்து செல்வதாக கூற, கண்மணி சரியென கூறி இருந்தாள்.

அதன் பின் மெல்ல இவர்களின் உறவு வளர ஆரம்பித்து இருந்தது. புடவை, நைட்டி இரண்டு மட்டுமே அணிபவளை கடைக்கு அழைத்து போய் அழகா சுடி, டாப்ஸ், லெக்கிங்ஸ், ஸ்கர்ட் என்று வித்தியாசமாக உடை வாங்கி கொடுத்தான். முதலில் தயங்கி பின் வகுப்புகளுக்கு அதையே உடுத்தி சென்று வந்தாள். முதல் முறை சுடி அணிந்து அவன் பின்னே பைக்கில் இரு காலை விரித்து போட்டு அவன் பின்னே அமர்ந்த போது கூச்சமும் நாணமும் வந்தது. அந்த நாள் அவன் முகம் பார்க்காது மாலை வரை தவிர்த்து இருந்தாள். மாலை இல்லம் வந்தவன் அவளின் நாணம் கண்டு வாய்விட்டு சிரிக்க, முதல் முறை மனைவியாய் அவனை பொய் கோபத்தில் அடித்து இருந்தாள். பிரபா பதிலுக்கு திருப்பி தலையணையில் அடிக்க, இருவரும் தலையணை வைத்து சண்டை கட்டி இருந்தனர்.

இரு மாதத்தில் ஜாவா முடித்து இருந்தவளை, அட்வான்ஸ் லெவல் படிக்க சேர்த்து விட்டான் உடன் ஆங்கிலம் பயிலவும், சுய வளர்ச்சி திறன் வளர்க்கவும் அனுப்பி விட்டான். நான்கு மாதம் இனிதாய் சென்றிருக்க, இருவரின் இடையில் நெருக்கம் வந்து இருந்தது கண்மணி தினம் புதிதாய் தெரிந்தாள். பிரபா திவ்யாவை மறந்து கண்மணியை

மனதில் நிறுத்தி இருந்த நேரம் மனமோ அவளின் அருகாமை தேட, மதியம் வீட்டில் விட வந்தவன் வேலைக்கு செல்லாது வீட்டில் தங்கி விட்டான். கண்மணி சமைத்த உணவை எடுத்து வைக்க,

" புடவை கட்டு கண்மணி.. உன்னை புடவையில் பார்க்கனும் போல இருக்கு "

" சாப்பிட்டு கட்டலாம் மாமா.. "

" ச்ச.. போடி போய் கட்டிட்டு வா.. "

" அதான் சாப்பிட்டு கட்டுறேன் சொல்றேன் தானே மாமா.. " கைப்பிடித்து அவளை பக்கம் இழுத்தவன்,

" சாப்பிட்டு கழட்டனும், இப்போ போய் கட்டிட்டு வா போ " கண்மணி அவன் முகம் பார்க்க, பிரபா கண்ணில் தெரிந்த புன்னகை, சட்டென அவளின் கன்னம் கூச வைக்க, நாணம் கொண்டு அவன் கையை விட்டு அறைக்குள் சென்று இருந்தாள். படபடக்கும் இதயம் எதேதோ செய்ய அவசரமாய் ஒரு புடவையை எடுத்து அழகாய் கட்டி கொண்டாள். வெளியே வந்தவளை பார்த்து பிரபாவின் கண்கள் ஆசை சிந்த, உணவு பரிமாறி கொடுத்தாள். இருவரும் அமைதியாய் உணவை முடித்து இருந்தனர். பிரபா அறைக்குள் செல்லும் முன் அர்த்தமாக பார்த்துவிட்டு செல்ல, அனைத்தையும் எடுத்து வைத்தவள் தூங்க செல்கிறேன் என அத்தையின் காதில் செய்தி சொல்லிவிட்டு சென்றாள். பிரபாவின் மாற்றத்தை பார்த்து கொண்டு இருக்கும் அவனின் அன்னைக்கும் இப்போது தான் நிம்மதி கிடைத்து இருந்தது. அறைக்குள் வந்தவளை இரு கரம் நீட்டி நெஞ்சில் சாய்த்தவன் அவளின் சம்மதம் கேட்க, கண்கள் ஆனந்த கண்ணீரில் கலங்கி சம்மதம் சொன்னது. முதல் பகல் இனிதே தொடங்கிய சில நிமிடத்தில் அலைபேசி அடிக்க, பிரபா விலகவும் கண்மணி பொய்யாய் முறைக்க,

" இந்த கால் பேசிட்டு ஸ்விட்ச் ஆஃப் தான். சாரி " சொல்லிவிட்டு எடுத்தவன் ஹலோ சொல்ல, எதிரில் குரல் உடைந்து அழுகையுடன்

திவ்யா பிரபா என்று அழைக்க, சட்டென அவளின் குரல் உணர்ந்தவன் கண்கள் கலங்க திவி என்று அவள் பெயரை சொல்ல, கண்மணி அதிர்ந்து எழுந்து அமர்ந்து இருந்தாள்.

12

மூன்று நாள் கழித்து,

சரவணன் அலுவலகம் கிளம்பி கொண்டு இருக்க, ஆர்த்தி அவன் அருகில் வந்து நின்றாள்.

" அண்ணா நிச்சய தேதி எப்போ பார்க்க போறோம் அவர் கேட்டாரு, நீ அம்மா கூட பேசிட்டு சொல்லு உன்னால முடியலனா நான் போய்ட்டு வரேன். "

" என்னால முடியாதுன்னு தான் தோணுது ஆர்த்தி. கல்யாணத்தை இன்னும் ரெண்டு வருசம் தள்ளி போடலாமா? "

" அண்ணா.. ரெண்டு வருஷமா? ஏன்னா? "

" அவங்க கேட்டது எல்லாம் செய்ய காசு வேணுமே ஆர்த்தி? எல்லாம் செய்யனும் இல்ல? செஞ்சா தான் உனக்கு மரியாதை. நான் ஒருத்தன் தானே சேமிக்கனும்? உன் சேமிப்பு எதாவது இருக்கா? "

" அது நாங்க தனிக்குடித்தனம் தான் போகனும் இருக்கோம் அண்ணா. என் சேமிப்பும் அவர் காசும் போட்டு ஃபிளாட் லோனில் வாங்கனும் இருக்கோம். என்னால என் சேமிப்பை உடைக்க முடியாது. "

" சரி மா.. மாப்பிள்ளை வீட்டில் முறையா நானே சொல்லிடறேன். நமக்கு ரெண்டு அல்லது மூணு வருஷமாகும் தப்பா நினைக்க வேண்-

டாம் சொல்லிடுவோம். நிச்சயம் வேணா ஆறு மாசத்தில் செய்வோம். "

" அண்ணா ரெண்டு, மூணு வருஷமா? ரொம்ப அதிகம் அண்ணா. "

" எப்படி ஆர்த்தி இதுவே கம்மி எனக்கு, ஹரி, சந்தோஷ் காலேஜ் ஃபீஸ், உனக்கும், அர்ச்சானாக்கும் செய்யுற சேமிப்பு, வீட்டு வாடகை, வீட்டு சாப்பாடு செலவு, கரெண்ட் பில், கேஸ், எல்லாம் என் ஒருத்தன் சம்பளம் தானே? நான் செய்ய மாட்டேன் சொல்லல மா, நேரம் வேணும் தானே கேட்கிறேன்? "

" எங்கேயாவது கடன் வாங்கி பண்ணே அண்ணா. "

" கடனா? அதெல்லாம் வாங்குறது சுலபம். கட்டனும் திருப்பி அது கஷ்டம்.. ரொம்ப கஷ்டம். உனக்கு மட்டும்மா? உனக்கு பின்னாடி இன்-னும் மூணு பேர் இருக்காங்க யாருக்கும் கடன் வாங்குற எண்ணம் எனக்கு இல்ல. ஓவர் டைம் பார்த்து என்னை நானே வருத்திட்டு வேலை பார்க்க காரணம் கடன் வாங்க கூடாது தான். என்னால கடன் வாங்க முடியாது ஆர்த்தி. கொஞ்ச நாள் தானே? "

" அண்ணா.. புரியுதா உனக்கு? உன் வயசுக்கு உனக்கு கல்யாணம் ஆகாதது பிரச்சனை இல்ல. ஆனா எனக்கு கல்யாணம் இப்போ அவசியம், வயசு போய்ட்டே இருக்கு எப்போ கல்யாணம் பண்ணி குழந்தை பெத்துக்க நான்? 29 வயசில் கல்யாணம் பண்ணிட்டு குழந்-தைக்காக நான் ஹாஸ்பிடல் ஹாஸ்பிடலா அலையனும். "

" அப்போ மாப்பிள்ளை கிட்ட பேசு மா, கல்யாணம் பண்ணிடலாம் அப்புறமா பொறுமையா வரதட்சணை தரேன். ரிசர்ப்ஷன் அவர் செல-வில் பண்ணிட சொல்லு. இப்போ உன் அவசரத்துக்கு என்னால இதான் செய்ய முடியும்."

" நீயா அண்ணா இப்படி எல்லாம் பேசுற? "

" காதலிச்ச உன்னை கல்யாணம் பண்ண வரதட்சணை கேட்ட உன்

வருங்கால அத்தை மாமா பேசின அப்போ நீ எதும் கேட்கல, உன்னை விரும்பினவர் சுமையா இத்தனை செலவை உன் தலையில் வெச்ச அப்போ நீ எதுவும் பேசல, என்னை மட்டும் ஏன் இத்தனை கேள்வி கேட்கிற ஆர்த்தி? நீயே உன் கல்யாணத்துக்கு உன் காசை தர தயாரா இல்ல, நான் மட்டும் எல்லாம் செய்யனும் இல்ல? உனக்கு வயசாகுது, உன் கல்யாணம், உன் வாழ்க்கை, உன் குழந்தை, உன் வீடு இப்படி எல்லாமே உனக்குன்னு தான் யோசிக்கிற இல்ல? முடிவா சொல்றேன் எல்லாம் செய்யனும் சொன்னா மூணு வருஷம் கண்டிப்பா வேணும். ஏன்னா உன் காதலை விட உன் காதலன் வீட்டில் எதிர்ப்பார்ப்பு பெருசா இருக்கு மா "

" இதுக்கு நீ சந்தோஷ் சொன்ன மாதிரி செய்ய முடியாதுன்னு சொல்லி இருக்கலாம் அண்ணா. இந்த வறுமை என்னை விட்டு போகாது போல, இங்க பிறந்துட்டு பெருசா ஆசைப்பட்டது என் தப்பு தான். " ஆர்த்தி சொல்லிவிட்டு செல்ல, சரவணன் கலங்கிய கண்ணை துடைத்து விட்டு வேலைக்கு கிளம்பி இருந்தான்.

அன்று மாலை சரவணன் இல்லம் வர, ரிஷி வீட்டில் இருந்து வந்து இருந்தார்கள். சரவணன் அவர்களை வரவேற்று கேள்வியாக பார்க்க,

" ஆர்த்தி சொன்னா மூணு வருஷம் ஆகும் சொல்லி, அவ்ளோ நாள் பையன் கல்யாணத்தை தள்ளி போட முடியாது. அதான் உங்க முடிவு என்னன்னு கேட்க வந்தோம். "

" அதான் சார் என்னோட முடிவு. மூணு வருஷம் நேரமில்லாம என்னால எல்லாத்தையும் செய்ய முடியாது. ரெண்டு நாள் முன்னாடி கூட அம்மா நேரம் வேணும் தானே சொல்லி இருந்தாங்க? இதான் எங்க நிலை மன்னிச்சிடுங்க. "

" சரி தம்பி, உங்க பொண்ணுக்கு வேற நல்ல வரன் அமையட்டும். நாங்க ரிஷிக்கு வேற இடத்தில் பார்த்துக்கரோம். தப்பா நினைக்க வேண்டாம். "

" தப்பா நினைக்க எதுவும் இல்ல சார். உங்களை வற்புறுத்தி இந்த கல்யாணத்தை செய்து யாருக்கும் மனநிம்மதி இருக்காது. இதுவும் நல்லதுக்கு தான். "

ஆர்த்தி அன்று முழுக்க அறை விட்டு வெளியே வரவில்லை. அர்ச்சனா எத்தனையோ ஆறுதல் சொல்லியும் அவளின் கோபமும் வருத்தமும் சரவணன் மேல் தான் இருந்தது. தங்கை இன்று அழுதாலும் நாளை இதற்காக ஆனந்தம் கொள்வாள் என்று எண்ணிக் கொண்டான். சரவணனின் நண்பன் சாரதி, ரிஷி பற்றி அனைத்தையும் விசாரித்து கூறி இருந்தான். இது ரிஷிக்கு இரண்டாம் காதல். முதல் காதலியை இதே போல அந்தஸ்த்தை வைத்து தாய் தந்தையர் மறுக்க, அவனும் அவளை வேண்டாம் என்று கூறி காதலை முறித்திருந்தான். ஆக தன் மனம் நேசித்தவளை அடைய எந்த முயற்சியும் எடுக்காத ஆண்மகன். அவனுக்கான ஒன்றிக்கே போராடதவன் நாளை எதற்காக போராட போகிறான்? மனம் வலித்தாலும் வேறு வழி இல்லை என்று தான் இந்த முடிவுக்கு வந்து இருந்தான் சரவணன்.

அன்றில் இருந்து ஆர்த்தியின் குரல் வீட்டில் அடங்கி போய் இருந்தது. அவளின் பேச்சும் சிரிப்பும் துளைந்து போய் இருக்க, அவளின் செலவுகளுக்கு எல்லாம் பணம் கொடுத்து இருந்தாள். சரவணன் அதையும் வாங்கி அவள் பெயரில் தான் சேமித்து வைத்தான். அடுத்து வந்த மாதத்தில் அவளுக்கு வரன் வர, மாப்பிள்ளையை பார்க்காது சம்மதம் சொல்லி இருந்தாள். சரவணனுக்கு அவளை கண்டு வலியும், அவளின் வீம்பை கண்டு சிரிப்பும் ஒரே நேரத்தில் வந்தது.

சாரதியின் மனைவி சொந்தத்தில் இருந்து வந்தது இந்த வரன், குணசேகரன் பெயரில் மட்டும் அல்லாது குணத்திலும் தங்கமாக தான் இருந்தான். அவனிடம் ஆர்த்தியின் காதல் பற்றி சரவணன் சொன்ன போது இயல்பாய் எடுத்து கொண்டான். அவனின் புரிதல் கண்டு மனம் நிறைய, சம்மதம் பேசி இருந்தான். திருமணத்தில் எந்த ஆடம்பரமும் வேண்டாம் என்று கூறியவர்கள், வரவேற்பு நிகழ்ச்சியும் வேண்டாம் என்று கூறி இருந்தனர். திருமணம் கோவிலும் உணவு ஒரு பார்ட்டி ஹாலில் வைத்தால் போதும் எனவும், உணவு மட்டும் தரமாய் தமிழ் உணவாய்

இருக்க வேண்டும் என்று கூறி இருந்தனர்.

சரவணன் அவர்கள் சொன்னப்படி அனைத்து ஏற்பாடும் செய்ய, ஆர்த்தி அவளின் சேமிப்பை கல்யாண செலவுக்கு கொண்டு வந்து கொடுக்க, மறுப்பு இன்றி வாங்கி கொண்டவன், ஆர்த்தியின் சேமிப்பில் சேர்த்து கொண்டான். திருமணம் இனிதே முடிய சரவணன் நெஞ்சில் அத்தனை மகிழ்வு. திருமணம் முடிந்து மறுவீடு வந்த மூன்று நாளில் குணா வீட்டில் ஒருவனாக அனைவரோடும் ஒன்றி போய் இருந்தான்.

மூன்றாம் நாள் ஆர்த்தி வீட்டை விட்டு கிளம்ப, ராஜேஸ்வரி, அர்ச்சனா இருவரும் அழ, அறைக்குள் அமர்ந்து சரவணனும் அழுது இருந்தான். சந்தோஷ் பெண்கள் இருவரையும் சமாதானம் செய்ய, சரவணன் கிளம்பும் தங்கையின் அறைக்குள் சென்று இருந்தான். ஆர்த்தி கையில் பங்க் பாஸ்புக்கை கொடுக்க, அவனை கேள்வியாக பார்த்தாள்.

" உன் சேமிப்பு காசு மா, மாப்பிள்ளை சொன்னதை தான் செய்தேன். அதில் உன் காசை தொட வேண்டிய அவசியம் வரல. இது உன்னோடது உன்கிட்ட தரது தானே சரி. " மறுப்பு சொல்லாது அதை வாங்கி கொண்டவள்,

" இனிமேல் தங்கச்சின்னு சொல்லிட்டு என்கிட்ட எதுக்கும் வராத, இதோட உனக்கும் எனக்கும் இருந்த உறவு முடிஞ்சுது. நீ எனக்கு பண்ண எதையும் நான் மறக்க மாட்டேன். " சொன்னவள் அறை விட்டு வெளியே செல்ல, அவசரமாய் கண்ணை துடைத்துக் கொண்டு வழியனுப்ப சென்று இருந்தான். குணா கையோடு கை சேர்த்தவன் தவிப்புடன் பார்க்க, குணா சரவணனின் கையை அழுத்தி ஆறுதல் சொல்லி விடைபெற்றுக் கொண்டான்.

முதல் இரு மாதம் ஆர்த்தி குணாவை தள்ளி வைக்க, குணா அவளுக்கு அன்பையும் நேரத்தையும் கொடுத்து காத்து இருந்தான். குணாவின் குணமே அவளின் மனவலியை சரி செய்திருக்க, கணவனை முழு மனதோடு ஏற்றுக்கொண்டு இருந்தாள். இனிதாய் இல்லறம் தொடங்கி இருக்க, தொலைந்த பழைய ஆர்த்தி திரும்பி இருந்தாள்.

குணா வீட்டில் அவளுக்கு கிடைத்த அன்பு, கணவனின் காதல், உறவுகளின் அக்கறை என திருமண வாழ்வு இனிக்க, மூன்று மாதம் கழித்து தாயை காண வந்து இருந்தாள். அவளின் வரவு வீட்டில் அனைவரையும் மகிழ செய்து இருந்தது. சந்தோஷ், ஹரி உடன் அமர்ந்து பேசி இருந்தாள். குணா வரவும் இடம் இன்னும் சிரிப்பாக மாற, அர்ச்சனா செய்த கிண்டலில் இருவரின் இடையில் உள்ள புரிதல் தெரிய ராஜேஸ்வரி முகத்தில் நிறைவும் மனத்தில் நிம்மதியும் வந்தது. இரவு மணி பத்தாகியும் சரவணன் அன்று இல்லம் வரவில்லை. அழைத்து கேட்ட தம்பியிடம் வேலை அதிகம் என்று கூறி விட்டான். குணா மாலையே இன்று இல்லம் வர போவதை செய்தியாய் சொல்லியிருக்க, தங்கையின் முன் சென்று அவளின் மகிழ்வை கெடுக்க விருப்பமின்றி அலுவலகத்தில் அமர்ந்து நண்பனின் வேலையை பகிர்ந்து கொண்டு செய்து இருந்தான்.

இரவு பதினோரு மணிக்கு வந்தவன், சத்தமின்றி அவன் அறைக்குள் வந்து படுக்க,

" என்ன எல்லாம் செய்ய வேண்டி இருக்கு? அண்ணனா இருக்கிறது ரொம்ப கஷ்டம் இல்ல? " ஹரி கேட்க,

" தூங்கலையா ஹரி இன்னும்? "

" நீ எப்போ வீட்டுக்கு வருவேன் தெரியல.. அதான்.. ரெண்டும் பேரும் தூங்காம இருந்தோம். சாப்பிட்டியா அண்ணா? " சந்தோஷ் கேட்க,

" பசியே இல்ல டா.. சாப்பிடவும் இல்ல. அசதியா இருக்கு தூங்கலாம். "

"ஒரு நிமிஷம் அண்ணா வரேன், பேசிட்டு அப்புறம் தூங்கலாம்." சந்தோஷ் எழுந்து செல்ல,

" ஆர்த்தி அக்கா நல்லா இருக்கு, சந்தோசமா, குணா மாமா அக்கா மேல அவ்ளோ அக்கறையா இருக்காரு. இன்னிக்கி அக்கா எனக்கு

பிடிச்ச ஸ்வீட் வாங்கிட்டு வந்து இருந்துச்சு. ஃபோட்டோ எல்லாம் எடுத்-தோம் தெரியுமா? நீ தான் அண்ணா இல்ல " ஹரி கூறவும்,

" வேலை ரொம்ப, அவசரமா ஒரு கிளையண்ட் வொர்க் விட்டு வர முடியல அதான்.. "

" வேலையே இல்லைனாலும் நீ வந்து இருக்க மாட்டேன் எனக்கு தெரி-யும். ஆர்த்தி அக்கா பேசினது எனக்கும் சந்தோஷ்கும் தெரியும். "

" அதை விடு.. எடுத்த ஃபோட்டோ காட்டு ஹரி "

ஹரி மொபைலை திறந்து கேலரி எடுத்து தர, ஆர்த்தி புன்னகையுடன் நின்று இருந்தது கண்டு இவன் கண்கள் கலங்கி விட்டது. ஹரி அவனின் தோள்களை தொட, சந்தோஷ் அவன் முன் பாலோடு சில ரொட்டி துண்டுகளை கொண்டு வந்தான்.

" அம்மா விருந்தே வெச்சுது இன்னிக்கி, ஆனா சரியாய் போய்டுச்சு. நீ பசி தாங்க மாட்டே ஆபீஸில் சாப்பிட்டு தான் வருவேன் அம்மா சொன்னாங்க. இப்போ பாலும் பிரெட்டும் தான் இருக்கு அட்ஜஸ்ட் பண்ணிக்கோ அண்ணா." சந்தோஷ் சொல்ல, பாலை மட்டும் எடுத்து கொண்டான்.

" சரி நேரமாச்சு ரெண்டு பேரும் படுங்க. ரெண்டு பேரும் காலையில காலேஜ் போகனும் இல்ல? அப்புறம் ஹரி நாளைக்கு மறக்காம காசு வாங்கிட்டு போ, காலேஜ் முடிஞ்சதும் கடைக்கு போய் புது ஷர்ட் பண்ட் எடுத்துக்கோ."

சரியென சொல்லிவிட்டு ஹரி படுத்து கொள்ள, இவனும் பாலை குடித்-துவிட்டு படுத்து கொண்டான்.

13

" அண்ணா இப்போ அவன் என்ன தப்பா சொல்லிட்டான் அவனை அடிக்கறீங்க? "

" உனக்கும் புரியல இல்ல ரஞ்சித்? "

" விவே என்ன ஆப்ஷனா? என் பொண்டாட்டி இல்லன்னு ஆனதும் அவளை கல்யாணம் பண்ணிக்க? எனக்கு துணையா நீங்க எல்லாம் இருக்கும் போது புதுசா ஒரு துணை எதுக்கு? அதும் இல்லாம இப்படி விதவையா நிக்கிற அவளோட சூழ்நிலையை பயன்படுத்தி அவளை கார்னர் பண்றது ரொம்ப தப்பு. "

" துணை உங்களுக்கு மட்டும் இல்ல அண்ணா விவேகாக்கும் தான். அவளும் தனியா தான் நிக்கிறா, நேசிச்ச நீங்களே அவளுக்கு துணையா வந்தா நல்லது தானே? ரொம்ப முக்கியமா அப்பா இல்லாத பொண்ணுக்கு அப்பாவும், அம்மா இல்லாத பரத்கு அம்மாவும் கிடைப்பாங்க. விவேகா யாரை வேணாலும் கல்யாணம் பண்ணலாம் உங்களை பண்ணா தான் நல்லா இருப்பா அவ்ளோ தான்."

" எப்படி முடியும் ரஞ்சித்? அவளை விட்டு வேற ஒரு பொண்ணை கல்யாணம் பண்ணி அவளோட ஒரு குழந்தையை பெத்துட்டு இப்போ நொண்டியா, ஒரு பிள்ளைக்கு தகப்பனா, போய் அவள் வாழ்க்கையில்

சுமையா நுழைய சொல்றியா? என்னையும் என் மகனையும் சுமக்க அவளுக்கு என்ன தலைவிதியா? "

" என்ன அண்ணா பேசற? நான் இல்லாம போய் இருந்தா நீங்க சேர்ந்து இருப்பீங்க தானே? என்னால தானே எல்லாம் நாசமா போச்சு, விவேகா உன் மனசில் இருக்கான்னு எனக்கு தெரியும். அவள் மனசிலும் நீ இருக்க, உனக்கு சுமையா வர கூடாதுன்னு தான் அவளும் விலகி நிக்-குறா ஒரு முறை பார்த்து பேசு அண்ணா மீதி அப்புறம் பேசுவோம். "

" என்னால இந்த கோலத்தில் அவ முன்னாடி நிக்க முடியாது கார்த்திக். அதோட எனக்கு வாழ்க்கையை அழிக்க விருப்பம் இல்ல. என் கல்-யாணத்தை விட்டு உன் கல்யாணத்தை பத்தி யோசி கார்த்திக். வாழ வேண்டியது இனி நீ தான் டா. "

" அப்போ உன் வாழ்க்கை? "

" என் வாழ்க்கை என் ரெண்டு பசங்க கூட சந்தோசமா இருக்கு. நீயும் பரத்தும் போதும் டா, எனக்கு என்ன கவலை? "

" உன் வாழ்க்கையில் இல்லாத சந்தோசம் எனக்கு மட்டும் எதுக்குன்னு சொல்லு? எனக்கு எதும் வேண்டாம், பேசாத அண்ணா பிளீஸ். "

" நீயாவது எடுத்து சொல்லு ரஞ்சித், இது சரி வராது. "

" அப்போ விவேகா இல்லாம வேற பொண்ணை கல்யாணம் பண்-ணிக்கோ " கார்த்தி கூற,

" எனக்கு கல்யாணம் வேண்டாம் டா புரியுதா "

" உனக்கு புரியல எப்படி சொன்னாலும் உனக்கு புரிய மாட்டிங்குது. பரத்துக்கு தேவை அம்மா. அவன் தாய்மையை ஒரு பெண் உருவில் தேடுறான். ஸ்கூல் அனுப்ப, வீட்டுக்கு வந்தா விளையாட, அவனுக்கு கதை சொல்லி தூங்க வைக்க இப்படி நிறைய ஆசை இருக்கு அவன்

பிஞ்சு மனசில், நீ மறுக்கறது கல்யாணத்தை இல்ல, அவனுக்கான அன்பை. உன்னை ஏத்துக்கிட்டு பரத்தை விலகினாலும் கஷ்டம், பரத்-துக்கு மட்டும் தாயா இருந்து உனக்கு தாரமா இல்லைனாலும் கஷ்டம். உங்க ரெண்டு பேரையும் நேசிக்கிற ஒருத்தி விவேகா தான். அவளுக்கு கஷ்டம் வேண்டாம், நீ அவளுக்கு சுமை எல்லாம் எது பேச வைக்கு-துன்னு சொல்லு? உன் காதல். முதல் காதலை மறந்தவன் இங்க யாரும் இல்ல. அண்ணி மேல உனக்கு அன்பும் காதலும் இருந்து இருக்கலாம். ஆனா விவேகா மேல காதல் இல்லன்னு சொல்லாத நான் நம்ப மாட்-டேன். நான் கிளம்புறேன். யோசிச்சு முடிவு சொல்லு "

கார்த்திக் ரஞ்சித் உடன் சென்று விட, அஷ்வின் இடிந்து போய் அமர்ந்து இருந்தான். அவன் அருகில் வந்த பரத்,

" ஏன் நீ சித்தப்பாவை அடிச்ச? "

" அடிக்கல டா சும்மா விளையாடினோம். நீ விளையாட தானே போய் இருந்த எப்போ வந்த?"

" சித்தி எப்ப இங்க வருவாங்க? "

" சீக்கிரம் வருவாங்க "

" அம்மா ஊருக்கு போய் இருக்காங்க, வருவாங்கன்னு சொன்ன, இன்-னும் வரல.. பொய் சொல்லாத பா " மகனின் வார்த்தை சுட அள்ளி அணைத்து இருந்தான். அஷ்வின் கண் கலங்க,

" அழாத பா "

" அழல டா தங்கம். டைம் ஆச்சு சாப்பிட்டு தூங்கு, அப்பா ஈவ்னிங் விளையாட பார்க் கூப்பிட்டு போறேன். "

" அங்க வேண்டாம். என் பிரெண்ட்ஸ் அம்மாலாம் வருவாங்க. எனக்கு அழுகை வரும் "

ஏனோ இன்று நடக்கும் அனைத்தும் அவனை சோர்வடைய செய்ய, மகனுக்கு அவன் கையால் உணவு கொடுத்து, உறங்க கட்டிலில் படுக்க வைத்தவன் உடன் படுத்து கொண்டான். சுவரில் புன்னகை முகம் மாறாத மனைவியை கண்டதும் கண்கள் மீண்டும் கலங்க அவளின் மடி வேண்டும் என மனம் கெஞ்சியது. திருமணமாகி பல மாதம் அவளிடம் நெருங்க தவித்தவனை அன்பால் அவளோடு இணைத்து கொண்டவள். சோர்ந்த நேரம் எல்லாம் அறிவுரை சொல்லி அவனுக்கு புத்துணர்வு தந்தவள், தோழியாய், தாயாய் அவனை தாங்கி மனைவியாய் அவனோடு இணைந்த போது வாழ்க்கை பல அர்த்தங்களை பெற்று இருந்தது. விவேகா பற்றி கூறிய போது இயல்பாய் அவளின் நலம் விசாரித்தவள்.

மனம் அவளை விட்டு விவேகாவை நினைக்க, அவளை தேடி தேடி களைத்து போய், எத்தனை நாள் கண்ணீரிலும், தூக்கம் இன்றியும் கடந்தோம் என்று தோன்ற மனம் இன்னும் வலித்தது. என்னை மறந்து எங்கோ நன்றாக இருக்கிறாள் என்று நினைத்தவன், அவன் கண் முன்னே கை குழந்தையுடன் விதவையாய் நிற்பாள் என்று கனவிலும் கூட நினைத்தது இல்லையே? எந்த முகத்தை வைத்து கொண்டு அவளிடம் பேச? இப்படி தனியாய் நிற்கும் அவளிடம் எந்த உரிமையில் நெருங்க? கடந்த காலத்திலேயே கரைந்து போன காதலை நிகழ் காலத்தில் எப்படி உயிர்ப்பிக்க? அன்பென்ற பெயரில் அவளுக்கு அப்படி சுமையாக? வாழவும் முடியாது சாகவும் முடியாது ஏன் இந்த விதி இப்படி சதி செய்கிறது என்று தோன்ற துக்கம் தொண்டை அடைக்க வாய் மூடி அழுது இருந்தான். ஆறுதல் தேடி மனம் தவிக்க, மகனை நெஞ்சோடு அணைத்து கொண்டான்.

கார்த்திக் இல்லம் வர லோகேஷ் அவன் முகம் பார்த்தே அஷ்வினின் முடிவை அறிந்து கொண்டான்.

" நவி நம்ம சின்னதா ஒரு நிச்சயம் வைப்போமா? "

" அண்ணா கார்த்திக் நிலைமை புரியாம என்ன பேசற? "

" அட இரு டா.. மயிலே மயிலே இறகு போடு கொஞ்சினா இனி வேலைக்கு ஆகாது. நெருப்பும் பஞ்சும் நெருங்கினா தான் ஒரு முடிவு கிடைக்கும். நிச்சயம் ஏற்பாடு பண்ணலாம். கார்த்திக் உங்க ப்ரெண்ட் விவேகாவை கூப்பிட்டு வர வேண்டியது உங்க பொறுப்பு. உங்க அண்ணா கண்டிப்பா வந்து தான் ஆகனும். சோ பார்த்தா பேச வைக்-கலாம். "

" செம்ம ஐடியா அண்ணா.. தட்டு வாங்க வீட்டில் பெரியவங்க யாரும் இல்லன்னு விவேகா அப்பாகிட்ட சொன்னா அவரே குடும்பமா வருவார். அங்கிள் ஆல்ரெடி அஷ்வின் அண்ணாக்கு விவேகாவை தர சம்மதம் சொல்லிட்டார். சோ ஈஸியா வர வைக்கலாம்."

" அவ்ளோ தான்.. நவி மா நீ உன் பிரெண்ட்ஸ் எல்லாரையும் கூப்-பிட்டு, கார்த்திக் நீங்களும் வர சொல்லுங்க. தள்ளிப்போட்டா விஷயம் ஆறிடும். "

" ரொம்ப கவலையா வந்தேன். பாரமே இறங்கின மாதிரி இருக்கு "

" நான் அம்மாவை வர சொல்றேன். நல்ல நாள் பார்த்து நிச்சயம் வைப்போம். அம்மாவை கூப்பிட்டு மாப்பிள்ளை வீட்டுக்கு போய்ட்டு வருவோம். அஷ்வினை யோசிக்க விட கூடாது. அதான் நமக்கு நல்-லது." நவி சரியென சொல்ல லோகேஷ் அலைபேசியோடு எழுந்து பால்கனி சென்று இருந்தான்.

" உங்க அண்ணா கிரேட் சிஸ்டர். செம்ம வேகம், செம்ம ஷார்ப் "

" ஒரு பக்கம் பெருமையா இருந்தாலும் இன்னொரு பக்கம் அவன் ரூட் கிளியர் பண்ண உழைக்கிற மாதிரியும் தெரியுது " நவி கூறவும் ரஞ்சித் சிரிக்க, கார்த்திக் மட்டும் அமைதியாய் அமர்ந்து இருந்தான்.

" மச்சி என்னடா? ஏன் அமைதியா இருக்க? "

" அண்ணனுக்கு துணை வேணும் தான் அதுக்காக அவனை கஷ்டப்படுத்துற ஃபீலிங் மச்சி "

" இல்ல டா ரெண்டு பேரும் ஒருத்தரை ஒருத்தர் கடந்து போற இடத்தில் பார்த்தாங்க அதும் சில நிமிஷம் தான். இப்போ பக்கத்தில் பார்க்கவும் பேசவும் வாய்ப்பு அமைய போகுது. எப்படியும் மனசு மாற வேண்டியது அவங்க தான். அவங்க ரெண்டு பேரும் காதல், பிரிவு, அதுக்கு அப்புறம் கல்யாணம், தாம்பத்தியம், குழந்தை எல்லாம் பார்த்தவங்க இப்போ ரெண்டு மனசும் ஒரு நிலையில் இல்ல. ரெண்டு பேரும் மனசு திறந்தா தான் சரியாகும். நீ எதும் தப்பா செய்யல, நாங்க உன்னோட இருக்கோம் கவலையை விடு "

ரஞ்சித், கார்த்திக் இருவரும் வேலைக்கு கிளம்ப, லோகேஷ் இருவரையும் வழியனுப்பி விட்டு, நிச்சய ஏற்பாடுகளை பார்க்க அவன் நண்பர்களை துணைக்கு அழைத்து இருந்தான். அடுத்த இரு நாளில் கார்த்திக்கின் வீடு அவன் நண்பர்களால் நிறைந்து போய் இருந்தது. நவி அம்மாவை அவள் அறையில் தங்க வைத்து கொண்டாள்.

நண்பர்கள், அம்மா, தங்கை என அனைவரையும் அழைத்து கொண்டு லோகேஷ் அஷ்வின் இல்லம் வர, எந்த தகவலும் இல்லாது வந்தவர்களை கண்டு அஷ்வின் வாயடைத்து போய் இருந்தான். லோகேஷ் அனைவரையும் அறிமுகம் செய்ய, அஷ்வின் வீட்டில் வேலை செய்யும் அக்காவிடம் அருந்த அனைவருக்கும் தண்ணீர் கொடுக்க சொல்ல, அவரும் தர, லோகேஷின் அம்மா தண்ணீரை எடுக்காது அஷ்வின் முகம் பார்க்க, நவி அவசரமாக சமையல் அறை உள்ளே சென்று நீர் எடுத்து வந்து கொடுத்தாள்.

" தப்பா எடுக்க வேண்டாம் ஆயிரம் வேலைக்காரங்க இருக்கலாம். அவங்க வீட்டுக்கும் நமக்கும் எவ்வளவு வேணாலும் நெருக்கமா இருக்கலாம். ஆனா வீட்டுக்கு வந்தவங்களுக்கு காபி தண்ணி தர வீட்டு பொம்பளைங்க தான் வரணும். ஒரு வீட்டில் பொண்ணு இருந்தா தான் மதிப்பு. எனக்கு வீட்டு ஆளுங்க கையில் தான் தண்ணி வாங்கி குடிக்க விருப்பம் அதான்.. "

" உண்மை தான். என் வீட்டில் இதுவரை யாரும் இல்ல. இனிமேல் நவி உண்டு. மன்னிச்சுடுங்க. "

" மன்னிப்பு எல்லாம் வேண்டாம் தம்பி.. உக்காருங்க "

" சொல்லுங்க மா, எதும் முக்கியமான விஷயமா? கார்த்திக் எதும் சொல்லவே இல்லையே "

" கார்த்திக் தம்பி உங்ககிட்ட பேச சொன்னார் அதான் நேரில் உங்களை பார்க்க வந்தோம். நவி இங்க வேலை பார்க்க வந்தா, வந்த இடத்தில் மாப்பிள்ளையை விரும்பி, நாங்களும் சம்மதம் சொல்லிட்டோம், நீங்களும் சொல்லிட்டீங்க. வயசு பிள்ளைங்க வெளிய போறாங்க. இங்க இருக்கிற சில சொந்தம் ஃபோன் பண்ணி அதையும் இதையும் சொல்லும் போது தனி தனியா விளக்கம் சொல்ல வேண்டியதா இருக்கு, அதான் ஊர் அறிய ஒரு நிச்சயம் பண்ணிட்டோம் சொன்னா, எந்த சங்கடத்துக்கும் இடம் இருக்காது. "

" கண்டிப்பா நீங்க சொல்றது ரொம்ப நல்ல விஷயம். நல்ல நாள் பார்த்து சொல்லுங்க சிறப்பா செய்துடுவோம். "

" வர வெள்ளிக்கிழமை நல்ல நாள், அதை தான் நாங்க பார்த்து இருக்கோம். உங்களுக்கும் அந்த தேதி வசதியா இருந்தா எங்களுக்கும் சம்மதம். வேலையை தொடங்கலாம். "

" எனக்கும் சம்மதம் நான் நிச்சய வேலையை தொடங்குறேன். "

" அப்போ எங்களுக்கும் சம்மதம் தம்பி. கிளம்புறோம். "

" அதுக்குள்ள கிளம்பனுமா சாப்பிட்டு போகலாம் "

" நிச்சயம் பண்ணதும் தானே கை நனைக்க முடியும்? "

" அப்போ காஃபி, டீயாவது? "

" உங்க வீட்டு வேலைக்கார அம்மா தானே போடுவாங்க? "

" இல்ல.. நவியை.. "

" இல்ல தம்பி அவ கல்யாண பொண்ணு அவள் நெருப்புகிட்ட போறது நல்லது இல்ல. நம்ம வீடு தானே இன்னொரு நாள் குடிச்சுப்போம். சொல்றேன் தப்பா நினைக்க வேண்டாம். உங்களுக்கும் வீட்டுக்கும் ஒரு பொண்ணு தேவை. வரோம். "

அஷ்வின் வணங்கி அவருக்கு விடை தர அனைவரும் கிளம்ப நவி மட்டும் சாரி என கூறி விட்டு சென்று இருந்தாள்.

14

" ஏன் டி இப்படி பண்ண? உன்னை மட்டுமே உயிரா நம்பி இருந்தது தப்பா? எப்படி ஆத்வி மறைக்க தோணுச்சு? ஐயோ எவ்ளோ பெரிய பாவம்டி இது? என்ன தப்பு செய்து இருந்தாலும் அவரு உன் அப்பா டி கடைசியா அந்த மனுஷன் முகத்தை பார்க்க முடியாம போய்டுச்சே? "

" அவர் செத்து போய் ஒரு மாசம் கழிச்சு தான் மா எனக்கு தகவல் வந்தது. சொத்துக்கு பங்குக்கு வருவோம் சொல்ல வேண்டாம் சொல்லி இருக்காங்க. மனசு கேட்காம காமாட்சி அத்தை காரியம் எல்லாம் முடிஞ்ச அப்புறம் தகவல் சொல்லி விட்டு இருக்காங்க. என்னால உன்னை விதவை கோலத்தில் பார்க்க முடியாது. அதான் உனக்கு சொல்ல வேண்டாம் இருந்தேன். தப்பு தான் ஆனா உன்னை விட எனக்கு வேற எதுவும் பெருசு இல்ல "

" நான் பிறந்ததே தப்பு போல, எனக்கு மட்டும் அந்த சாமி நல்லதே தலையில் எழுதல.. என்னை ஏன் சாமிக்கே பிடிக்காம போச்சுன்னு தெரியல.." பார்கவி அழுது கரைய ஆத்வி தாயின் மடியில் படுத்து அழுது இருந்தாள். தாயும் மகளும் அழுது சோர்ந்து அங்கேயே தூங்கி இருக்க, இரவு பதினோரு மணிக்கு வீட்டின் காலிங் பெல் அடிக்க, அவசரமாக பார்கவி எழுந்து கதவை திறக்க சிவா நின்று இருந்தான்.

" ரெண்டு பேருக்கும் ஒன்னு இல்லையே? "

" எதும் இல்ல.. உள்ள வாங்க மாப்பிள்ளை "

" ஏன் ரெண்டு பேரும் ஃபோன் எடுக்கல? "

" முதல உள்ள வாங்க "

சிவா உள்ளே வர, பார்கவி ஆத்வியை எழுப்ப, அவளின் கன்னத்தில் கை விரல் பதிந்திருக்க,

" அத்தை குடிக்க தண்ணி வேணும்."

பார்கவி சமையல் அறை உள்ளே செல்ல, சிவா அவளின் கன்னம் வருடி பார்த்தான்.

" வலிக்குதா? அத்தை ரொம்ப அடிச்சுடாங்களா? "

" அம்மாக்கு நான் சொல்லாமலே தெரிஞ்சு போய்டுச்சு. வீட்டுக்கு வந்ததும் அடி தான். ரொம்ப வலிக்குது. இதான் முதல் முறை அடி வாங்குறேன்."

அதற்குள் பார்கவி வர, சிவா அவன் இடத்தில் அமர்ந்து கொண்டான். தண்ணீர் தரவும் வாங்கி குடித்தவன்,

" ஆத்விகா கூட பேச கால் பண்ணேன் ரிங் போயும் பதில் இல்ல. உங்களுக்கு கூப்பிட்டா ஸ்விட்ச் ஆஃப். என்ன செய்யறதுன்னு தெரியல அதான் நேரில் வந்தேன். "

" என் மொபைல் சைலண்ட் இருக்கு சாரி. "

" சாப்பிட்டீங்களா ரெண்டு பேரும்? "

" இல்ல சிவா.. "

" ஒரு நிமிஷம் " சொல்லிவிட்டு வெளியே சென்றவன் பைக்கில்

இருந்து உணவு பையை எடுத்து வந்து கொடுத்தான்.

" சாப்பிடுங்க. காலையில் வரேன். கன்னத்தில் தேங்காய் எண்ணெய் தடவிட்டு தூங்கு. " சிவா சொல்லிவிட்டு சென்று விட, ஆத்வி தாயின் முகம் பார்க்க, அவரோ எண்ணெய் எடுத்து தேய்த்து விட்டார்.

" நாளைக்கு ஒரு நாள் ஸ்கூல் போகாத, கன்னம் ரொம்ப காயமா இருக்கு. கோவத்தில் கண்ணு தெரியாம அடிச்சுட்டேன் போல.. சரி வா சாப்பிடு. "

இல்லம் வந்த சிவா விஷாலை அழைத்து இருந்தான்.

" மாமா கூட எல்லாரும் நாளைக்கு வீட்டுக்கு போங்க மச்சான், அத்-தைக்கு விஷயம் அவன் வீட்டுக்காரர் இல்லைன்னு தெரிஞ்சுடுச்சு. மாமாவை பார்த்தா அத்தை நிச்சயம் அழுவாங்க. முதலில் பார்த்து பேசட்டும் இயல்பான சந்திப்பா இருக்கட்டும் அதுக்கு அப்புறம் மீதியை பார்ப்போம். "

" எல்லாம் சரி.. நாங்க கூட அவசியம் போகனுமா? "

" ஆமா அப்போ தான் சங்கடம் இருக்காது. "

" சிவா.. முன்னாள் காதலியை குடும்பத்தோட எப்படி போய் பார்க்க முடியும்? அதும் மகன் மருமகளை கூப்பிட்டு? யோசிங்க தப்பா இல்ல? அப்பா மட்டும் போகட்டும். அப்புறம் வேணா நாங்க ஃபேமிலி மீட் மாதிரி இன்னொரு முறை போறோம்."

" புரியுது.. ஆனா அங்க ஆத்வி மட்டும் இருப்பா.. அவ முன்னாடி அத்தை அழவும் முடியாம சிரிக்கவும் முடியாம நிப்பாங்க. பெத்த பொண்ணு முன்னாடி அவங்க குறுகி நிக்க கூடாதுன்னு நினைச்சேன். அதும் போக மாமா மட்டும் எப்படி தனியா போவார்? ஆம்பளை தான் சொன்னாலும் சட்டுன்னு அப்படி போய் நிற்க முடியாது தானே? "

" அப்போ ஆத்விகிட்ட சொல்லி அத்தையை கோவிலுக்கு கூப்பிட்டு வர சொல்லுங்க. அங்க எதார்த்தமா பார்த்தா மாதிரி பண்ணிடுவோம்."

" வாய்ப்பே இல்ல மச்சான். ஆத்வி மூஞ்சியை பார்க்கணும் நீங்க, கன்னம் வீங்கி போய் இருக்கு, அவளை அப்படி பார்த்ததும் எனக்கு செம்ம கோவம், என்ன செய்ய அத்தைன்னு விட்டேன். இவளும் மறைச்சு பெரிய தப்பு பண்ணி வெச்சுருக்கா எதும் அவளுக்காக பேசவும் முடியாது. "

" ஆமா.. முன்னாடியே சொல்லி இருந்தா கூட அம்மா மனசு பக்குவமாகி இருக்கும். மறுமணம் சரியான முடிவா தெரிய வாய்ப்பு இருந்திருக்கும். இப்போ அவங்க சட்டுன்னு எந்த முடிவுக்கும் வர முடியாத நிலையில் நிற்க ஆத்வி தான் காரணம். "

" ஆமா மச்சான்... அதை விடுங்க விஷயத்துக்கு வாங்க. கோவிலுக்கு அவளால் வர முடியாது. வேற என்ன செய்ய? "

" நேரா வீட்டுக்கு எப்படி சிவா போக முடியும்? அதான் தயக்கம் இப்போ, பொது இடமா இருந்தா இயல்பாக இருக்கும். "

" நாளைக்கு மதியம் ரெஸ்டாரண்ட் வர சொல்லட்டுமா? லஞ்ச் போலாம் சொல்லி ஏசி ஃபேமிலி ரூம் எடுத்து உக்கார சொல்றேன். நீங்களும் சாப்பிட வந்த மாதிரி வந்து சாப்பிட்டு பார்த்து, பேசின மாதிரி இருக்கும். தயவு செஞ்சு எதும் தடங்கல் சொல்லாதீங்க.. இதுக்கு மேல யோசிக்க எனக்கு மூளையில் ஈரம் இல்ல. மண்டை காஞ்சு போய்டுச்சு"

" யோவ்.. மாப்பிள்ளை செம்ம ஐடியா, இது வொர்க் அவுட்டாகும். ஆத்விகா கிட்ட பிளான் சொல்லி வர சொல்லுங்க. நான் வீட்டில் பிளானை சொல்லி நாளைக்கு அப்பாவை ரெடி பண்ணி கூப்பிட்டு வரேன். " விஷால் பேசி வைக்க, சிவா நிறைவாய் உறங்கி போய் இருந்தான்.

காலையில் எழுந்ததும் முதல் வேலையாக ஆத்வியை அழைத்து விஷ-

யத்தை சொல்ல,

" முகத்தை ஷால் வெச்சு மூடிட்டு வரேன் பா அதும் ஒன்னும் பெரிய பிரச்சனை இல்ல. ஆனா, அம்மாவை நினைச்சா தான் உள்ள பதறுது. எங்க அம்மா எனக்கு மாப்பிள்ளை பார்க்க கூட இப்படி கஷ்டப்பட்ட மாதிரி தெரியல பா. எங்க அம்மாவை அப்பா கூட சேர்த்து வைக்க எவ்ளோ கஷ்டம்? "

" ஹலோ.. உலகத்திலேயே மாமியாரை அவங்க காதலோட சேர்த்து வைக்கிற ஒரே மருமகன் நானா தான் இருப்பேன். எல்லா பிளானும் போடுறது நானு, மேடம் கஷ்டத்தை பத்தி பேசறீங்க, வடிவேலு சார் சொல்ற மாதிரி வாழ்க்கையில் சில அடிகள் விழ தான் செய்யும் தாண்டி, தாங்கி வந்து தான் ஆகனும்."

" நீங்க எனக்கு கிடைச்ச வரம் பா.. இவளோ இயல்பா, முற்போக்கா, அதே நேரம் அன்பா, அக்கறையா இருக்கிறது தான் உங்க பிளஸ் அதை பார்த்து தான் நான் சம்மதம் சொன்னேன். என்ன தான் தெளிவா, தைரியமா இருக்கிற மாதிரி இருந்தாலும் சில நேரம் மனசு அரவணைப்பை தேடும்.. அப்போ எல்லாம் அப்பா இல்லன்னு ஏங்கி இருக்கேன். இப்போ எனக்கு அப்பாவும் நீங்க தான் அரவணைப்பும் நீங்க தான். லவ் யூ சிவா. " பேசியவள் அலைபேசியில் முத்தம் வைக்க சிவா விழி விரித்து புன்னகை சிந்தி இருந்தான்.

" ரொம்ப எமோஷனல் ஆகாம, அம்மாவை கூப்பிட்டு லஞ்ச் வந்துரு, லீவ் போட்டு நல்லா தூங்கு. கன்னம் வலிக்குதா இன்னும்? "

" வலி இல்ல. லேசா கை தடம் இருக்கு. சரியாகிடும்.. நீங்க ஃபீல் பண்ணாதீங்க. மதியம் பார்க்கலாம்."

"ம்ம்.. சரி.. வைக்கிறேன். " சிவா அழைப்பை முடிக்கவும், அங்கே ஆத்வி தாயிடம் விஷயத்தை சொல்ல,

" இப்போ இது தான் குறை நமக்கு, எதுக்கு வீண் செலவு? நீ மட்டும்

போய் பாரு மாப்பிள்ளையை "

" அம்மா ரெண்டு நாளா வீடே ஒரு மாதிரி இருக்கு, போய்ட்டு வரலாம் கொஞ்சம் மனசுக்கு நல்லா இருக்கும். சிவாக்கும் நம்மை விட்டா யார் இருக்காங்க சொல்லுங்க? "

" ம்ம்.. அது என்னவோ உண்மை தான். சரி போலாம். "

" தாங்க்ஸ் மா " ஆத்வி விஷால், சிவா இருவருக்கும் திட்டத்தை உறுதி செய்ய, விஷாலும் உறுதி செய்து இருந்தான்.

மதியம் முதலில் ஆத்விகாவும் பார்கவியும் வர, சிவா அவர்களுக்கு அடுத்து வந்து இருந்தான். முதலில் சூப் குடிப்போம் என்று மஷ்ரூம் சூப் கொண்டு வர சொன்னான். அது வரவும் பன்னீர் 65 ஆர்டர் செய்து விட்டு, என்ன சாப்பிடுகிறீர்கள் என இருவரையும் கேட்டு மெனுவை கையில் கொடுத்தான்.

சரியாய் விஷால் வர அவன் பின்னே யாஷினி, செல்வராஜ் இருவரும் வந்து அவர்களுக்கு நேர் எதிரில் இருந்த இருக்கையில் அமர்ந்து அவர்களும் உணவை ஆர்டர் செய்து கொண்டனர். ஆத்விக்கு கைகள் வேர்க்க, சிவாவை பார்த்தாள். அவனோ கண்ணில் மிரட்டி விட்டு உணவை பார்த்து சொல்லு என்றான்.

பார்கவி பன்னீர் பிரியாணி வேண்டும் என்று சொல்ல, ஆத்வி அவளுக்கு விருப்பமானது என்னவென்று சொல்ல, சிவா ஆர்டர் கொடுத்து விட்டு, திருமண உடை எடுக்க எப்போது? எங்கு செல்லலாம் என்று கேட்க, பார்கவி புன்னகை முகமாக சிவாவை பார்க்க, சிவா ஆம் என்று தலையசைத்து கூறினான்.

" ரொம்ப சந்தோசம் மாப்பிள்ளை. இந்த ரெண்டு மூணு நாள்ல எவ்ளோ கவலை, அழுகை.. போதும் நல்ல விஷயம் முதலில் நடக்கட்டும்."

" இதை பேச தான் அத்தை வர சொன்னேன். முதல துணி, அப்புறம்

நகை, நல்ல நாள் பார்த்து சொல்லுங்க ஆரம்பிப்போம். " சிவா சொல்வதை கேட்டு பார்கவி ஆத்விகா முகம் பார்க்க, அவளோ முகத்தில் சலனம் இன்றி அமர்ந்து இருந்தாள். பார்கவி அவளின் கை தொட, செல்வா பார்கவி என்று அழைக்கவும் சட்டென திரும்பி பார்த்தவர் செல்வாவை யார் என்பது போல பார்க்க,

" யார் நீங்க என் பெயர் எப்படி தெரியும்? "

" பார்கவி நான் செல்வா.. செல்வராஜ் என்னை அடையாளம் தெரியலையா? "

" தெரியல சார் "

" பாரு.. உண்மையாவே தெரியலையா? கரூர் தானே உனக்கு? "

" ஆமா.. ஆனா உங்களை தெரியலையே சார் எனக்கு.. நினைவும் இல்ல.. "

" ஓ.. " செல்வராஜ் அதோடு சோர்ந்து அமர்ந்து விட, விஷால் சிவாவை பார்க்க,

" சாரி மா.. அப்பா உங்களை வேற யாரோன்னு நினைச்சு.. சாரி தப்பா நினைக்க வேண்டாம். " விஷால் சொல்லிவிட்டு எழுந்து பில் கொடுத்து அனைவரையும் அழைத்து கொண்டு சென்று இருந்தான்.

பார்கவி தலை குனிந்து அமர்ந்து இருக்க, ஆத்வி உள்ளே கோவத்திலும், வெளியே எதுவும் செய்ய முடியாத தர்ம சங்கடத்திலும் அமர்ந்து இருந்தாள்.

நல்ல வேலை இவர்கள் நேராக இல்லம் வரவில்லை. நேரே வந்து இப்படி அத்தை தெரியாது என்று சொல்லி இருந்தால், இப்போது நடந்த தர்ம சங்கடம், அவமானமாக போய் இருக்கும். விஷாலின் எண்ணம் சரி என்று நினைத்த சிவா, நிலைமை கைமீறி போகாததை எண்ணி

ஆறுதலாகி இருந்தான்.

15

" எங்க திவ்யா இருக்க? எப்படி இருக்க? "

" சென்னையில்.. உன்னை பார்க்கணும் பிரபா.. என்னை பார்க்க வருவியா? அதும் யாருக்கும் சொல்லாம வர முடியுமா? என் வீட்டில் யாருக்கும் தெரிய வேண்டாம். "

" இதோ கிளம்பி வரேன். இதானே உன் நம்பர்? அட்ரஸ் அனுப்பி வை "

" ம்ம்.. சரி.. சீக்கிரம் வா பிரபா "

பிரபா அலைபேசி வைத்துவிட்டு திரும்ப, சரிந்த முந்தானையை கூட சரி செய்யாது கண்மணி கண்ணில் கேள்வியோடு அவனையே பார்த்து அமர்ந்து இருந்தாள்.

" எங்க மாமா போக போறீங்க? போய்ட்டு என்கிட்ட திரும்பி வருவீங்க தானே? "

அவளின் கேள்வியில் கண் விரிந்தவன், அவள் அருகில் அமர்ந்து முந்தானையை சரி செய்து விட்டான்.

" பைத்தியம்.. உன்னை விட்டு எங்கடி போவேன்? திவ்யா எப்படி இருக்கான்னு பார்த்துட்டு வரேன் கண்மணி. உன் புருஷனா தான் போறேன், அப்படியே திரும்பி உன்கிட்ட வந்துருவேன். "

" அஞ்சு மாசம் முன்னாடி இப்படி நீங்க சொல்லிட்டு போய் இருந்தா பயம் இல்லாம அனுப்பி இருப்பேன். உங்க கண்ணில் எனக்கான காதலை பார்த்து, புருஷனா நீங்க நெருங்கி வந்த அப்புறம் அனுப்ப பயமா இருக்கு. " கண்மணி சொல்லவும், பிரபாவின் அலைபேசி குறுஞ்-செய்தி வந்ததை கூவி சொன்னது.

" என் மேல நம்பிக்கையே இல்லையா கண்மணி உனக்கு? "

" உங்க மேல இருக்கு, ஆனா உங்க காதல் மேல இல்ல. கண்மணியா இல்ல திவ்யாவான்னு உங்க காதல் கேட்டா, கண்டிப்பா உங்க காதல் திவ்யா தான் சொல்லும். என்னோட காதல் கொஞ்ச நாளா தான்.. எவனாவது விரும்பின காதலியும் அவளோட வாழ கிடைக்கிற வாய்ப்-பையும் விட்டு, கடமைக்கு சேர்ந்த உறவை பெருசா நினைப்பானா? "

" சரி.. நான் கிளம்பனும். உங்க கேள்விக்கு எல்லாம் பதில் வந்து சொல்றேன். என்னையும் என் காதலையும் நீ நம்ப வேண்டாம். உன்-னையும் உன் காதலையும் நம்பு போதும்."

பிரபா சொல்லிவிட்டு உடைகளை அடுக்கி கிளம்ப ஆரம்பித்து இருந்-தான். முதலில் ப்ளைட் நேரம் பார்த்து டிக்கெட் புக் செய்தவன், கூரியர் ஆஃபீஸ் அழைத்து அவன் வெளியூர் செல்லும் விவரம் சொல்லி, முடிக்க வேண்டிய வேலைகளை பற்றி கூறி, வேலைகளை பிரித்தும் கொடுத்து இருந்தான். பின் குளித்து வந்தவன் உடை மாற்றி தயா-ராகி இருந்தான். கண்மணி அவனையே பார்த்துக்கொண்டு அமர்ந்து இருக்க, வெளியே செல்ல அறை கதவை திறந்தவன் சாத்தி விட்டு அவளின் அருகில் வந்து முகத்தை நிமிர்த்தி அவளின் கண்ணோடு கண் பார்க்க, இவளோ பார்க்காது தலை குனிய, கையால் அவளின் தாடையை அழுத்தி பிடித்தவன் இதழோடு இதழ் சேர்த்து அழுத்தி முத்-தமிட்டு பிரிக்க, அவளோ அவனின் வயிற்றில் முகம் புதைத்து அழ தொடங்கி இருந்தாள்.

" என்னால உன் அழுகைக்கு பதில் இப்ப சொல்ல முடியாது.. நிதானமா

வந்து சொல்றேன்." சொல்லி விட்டு நெற்றியில் மீண்டும் முத்தம் வைத்தவன் சென்று விட, கண்மணி அழுகையுடன் படுத்து கொண்டாள்.

பிரெஸ்டீஜ் பெல்லா விஸ்டா, போரூர், சென்னை.

இரவு 10 மணி, அபார்ட்மெண்ட் முன் வந்தவன் திவ்யாவை விசாரிக்க, செக்யூரிட்டி அவளை அழைத்து அனுமதி பெற்று, உள்ளே அனுப்ப, திவ்யா அழைத்து ஃபிளாட் வரும் வழி சொல்ல, பதினான்காம் மாடியில் இருந்த அந்த ஃபிளாட் முன் வந்து நின்று காலிங் பெல்லை அழுத்தினான். ஏனோ நெஞ்சம் படபடப்பாக இருந்தது. மூச்சை இழுத்து விட்டு சமாதானம் செய்து கொண்டான். கதவு திறக்கவும், பிரபாவின் பார்வை கூர்மையாக, திவ்யா கண்கள் கலங்க, நடுங்கி போய் நின்று இருந்தாள்.

" திவி.. " என்று இதழ் அசைய வீட்டின் உள்ளே வந்தவன் அவளை கண்டு புன்னகை சிந்தி இருந்தான்.

" எப்படி இருக்க பிரபா? "

" நான் நல்லா இருக்கேன்.. நீ எப்படி இருக்க திவ்யா? எங்க போன அன்னிக்கு? என்னாச்சு உனக்கு? ஏன் வீட்டுக்கு தெரிய வேண்டாம் சொல்ற? "

" எத்தனை கேள்வி டா? போ ஃப்ரெஷ் ஆகிட்டு வா. சாப்பிட்டு எல்லாம் பொறுமையா பேசலாம் ஒரு வருஷ கதை இருக்கு சொல்லவும் கேட்கவும். "

" உன்னோட யாரும் இல்லையா? "

" மறுபடியும் கேள்வியா? உன் கற்புக்கு எதும் ஆகாது. பயம் இல்லாம போ, அதோ அந்த ரூம் யூஸ் பண்ணிக்கோ. "

குளித்து வந்தவனுக்கு இட்லியை வைத்தவள் குருமா பரிமாற அமைதியாய் உணவை முடித்து இருந்தான்.

" எனக்கு தூக்கம் வருது காலையில பேசலாமா? "

" எதுக்கும் பதில் சொல்லாம தூங்க சொன்னா எப்படி தூங்குவேன்? எதையோ மறைக்க முயற்சி பண்றேன்னு தோணுது. எதுவா இருந்தாலும் சொல்லு திவி "

" தெரியல பிரபா.. நிறைய கேள்வி இருக்கு, என் கேள்விக்கு எல்லாம் பதில் உன்கிட்ட இருக்கு. காலையில பேசலாம் நான் இன்னும் மனசால் இதை பேச தயாராகல பிரபா.. பிளீஸ்.. "

" சரி குட் நைட் திவி " சொல்லி விட்டு அறைக்குள் வந்தவன் கண்மணியை அழைக்க, ஸ்விட்ச் ஆஃப் என்று வர, வீட்டில் இருக்கும் லேண்ட் லைனுக்கு அழைத்தான். அவள் தான் எடுத்து ஹலோ சொன்னாள்.

" மொபைல் ஆன் பண்ணு கண்மணி."

" நீ இங்க வந்தா இனி பேசலாம் மாமா. என்னால தாங்க முடியல பிளீஸ்.. "

" சாப்பிட்டு தூங்கு.. நாளைக்கு ராத்திரி உன் கூட இருப்பேன். நீ சொன்ன மாதிரி நேரில் வந்து பேசலாம். அழாத முதலில்.. " பிரபா சொல்லி முடிக்க போனை வைத்து இருந்தாள்.

காலையில் பிரபா எழுந்து வந்த போது, திவ்யா குளித்து காலை உணவை செய்து முடித்து இருந்தாள்.

" குளிச்சுட்டியா பிரபா? "

" ம்ம்.. "

" உன் பொண்டாட்டிக்கு தெரியுமா நீ இங்க என்னை பார்க்க வந்தது?

"

" தெரியும். "

" அவங்க.. அதான் உன் வைஃப் பெயர் என்ன? "

" கண்மணி "

" என்னை மறந்துட்டியா பிரபா? "

" பதில் தெரிஞ்சும் கேள்வி கேக்குற இல்ல? "

" உன் பொண்டாட்டி கூட சந்தோசமா தானே இருக்க? "

" ஏய்.. நேரா கேளு என்ன தெரியனும் இப்போ உனக்கு? "

" என் முன்னாடி உக்கார்ந்து இருக்கிறது என் பிரபாவா? இல்ல கண்மணியோட புருஷனா? "

" கண்மணி புருஷன்.. உனக்கு முன்னாள் காதலன், எக்ஸ்.. " பிரபா சொல்லவும் திவ்யா வாய் மூடி அழ,

" பிளீஸ் அழாத திவ்யா. நம்ம சேர முடியாம போனது பெரிய இழப்பு தான். அதுக்காக அதையே நினைச்சு காலம் முழுக்க அழ முடியாது. கண்மணி தான் என் பொண்டாட்டி அதான் நிதர்சனம் யாராலும் இதை மாத்த முடியாது. என் கேள்விக்கு பதில் சொல்லு திவ்யா? எங்க போன? என்னாச்சு உனக்கு? "

" உன் கல்யாணம் முடிஞ்சதும் பெங்களூர் போய்ட்டேன். நல்ல வேலை, கை நிறைய சம்பளம், உன் ஞாபகம், உன்னை மறக்க குடி பழக்கம் இப்படி வாழ்க்கை திசை மாறி போய் இருந்தது. குடி பழக்கம் அதிகமாக என் நிதானம் இல்லாம போய் இருந்தது என்னையே இழக்குற அளவுக்கு.. "

" ஏய் என்ன சொல்ற? "

" பதறாத பிரபா.. எதும் நடக்கல என்னோட வேலை பார்த்த ஜீவா என்னை காப்பாத்திட்டார். அப்புறம் இதுக்காக ட்ரீட்மென்ட் எடுத்தேன். இப்போ குடி பழக்கம் இல்ல, போய்டுச்சு. ஜீவாக்கு என் மேல காதல், எனக்கு குற்ற உணர்வு. "

" திவ்யா.. புரியல குற்ற உணர்வு ஏன்? எதுக்காக? "

" உனக்காக பிரபா.. உன் மேல நான் வெச்சு இருந்த காதலால் உன் வாழ்க்கை எப்படி இருக்கோன்னு தெரியாம தினம் குற்ற உணர்வு. உன்னை விட்டு என் சுயநலம் பார்த்து ஓடி வந்துட்டேன். என்னை நீ தேடி இருப்பேன் தெரியும். கலங்கம் இல்லாத உன் அன்புக்கு நான் செஞ்சது துரோகம். எனக்கு உன்னை ரொம்ப பிடிக்கும் பிரபா. என்னால உன்னை இன்னொருத்தி புருஷனா நினைக்கவே முடியல அதான் குடிச்சு அதை மறக்க முயற்சி பண்ணேன். ஆனா நீ சொன்ன மாதிரி அதானே நிதர்சனம்? டாக்டர் எடுத்து சொன்ன அப்போ மனசு எல்லாம் வலி. நீ இன்னொரு பொண்ணோட புருஷன். உன்னை நினைக்கிறது தப்புன்னு என் மனசுக்கு சொல்லி புரிய வைக்க ரொம்ப கஷ்டபட்டேன். "

" ஜீவா என்னை உயிரா நேசிச்சார் அவரோட காதல் தான் என்னை சரி செஞ்ச மருந்து. அவர் கல்யாணம் பண்ணிக்கலாம் கேட்டதும் என்னால மறுக்கவும் முடியல, அவரை ஏத்துக்கவும் முடியல. நிறைய குழப்பம்.. காரணம் நீ தான் பிரபா. நம்ம காதல் அது கடந்த காலமா போய் இருக்கலாம். ஆனா அன்பும் அக்கறையும் மாறாது தானே? பிரபா எப்படி இருக்கான்? அவன் மனைவி கூட சந்தோசமா இருப்பானா? இல்ல இன்னும் என்னையே நினைச்சு அவன் வாழ்க்கையை வாழாம இருப்பானான்னு நிறைய கேள்வி, சொல்லு எப்படி இருக்க பிரபா? "

பிரபா திருமணம் பின்பு அவன் வாழ்வில் கடந்த அனைத்தையும் கூற, திவ்யா அழுகையுடன் கேட்டுக்கொண்டாள்.

" ரொம்ப நல்ல பொண்ணு என் கண்மணி. என்னை உயிருக்கு உயிரா நேசிக்கிறா, நீ கரடி மாதிரி ஃபோன் பண்ணாம இருந்திருந்தா இந்நேரம் என் பிரமச்சரியம் முடிஞ்சு இருக்கும். ஜஸ்ட் மிஸ். " பிரபா சொன்னதை கேட்டு திவ்யா முகத்தில் சட்டென புன்னகை வர,

" நான் நல்லா இருக்கேன். எனக்கும் இதே தவிப்பும் கேள்வியும் இருந்தது உண்மை. ஆனா நீ வீட்டு கதவை திறந்ததும் உனக்கு பின்னாடி இருந்த போட்டோவில் நீயும் ஜீவாவும் ஜோடியா நிற்கிறது பார்த்ததும் தவிப்பு எல்லாம் போய்டுச்சு. நீயும் என்னை போலவே நல்லா இருக்கேன் தெரிஞ்சுகிட்டேன். "

" அது நான் கல்யாணத்துக்கு சம்மதம் சொன்னதும் ஜீவா எடுத்த செல்ஃபி. இதான் நாங்க புதுசா வாங்கி இருக்கிற ஃபிளாட். ஜீவாக்கு சொந்த ஊர் சென்னை கல்யாணத்துக்கு அப்புறம் இங்க தான் இருப்போம். கண்டிப்பா ஒரு நாள் கண்மணியை கூப்பிட்டு வா பிரபா."

" எல்லாம் சரி ஏன் உன் வீட்டுக்கு தெரிய வேண்டாம் சொன்ன? இவளோ பெரிய வீட்டில் தனியாவா இருக்க? ஜீவாக்கு தெரியுமா நான் வந்தது? "

பிரபாவின் கேள்வியில் திவ்யா அமைதியாக சில நிமிடங்கள் அமர்ந்து இருந்தவள், பதிலை கூற பிரபா முகத்தில் ஒரு நிறைவு வந்து இருந்தது.

16

மூன்று மாதம் சென்று இருக்க, ஆர்த்தி கர்ப்பமாக இருக்கிறாள் என்று செய்தி வந்தது. தாயாகி விட்ட சகோதரியை காண சரவணனின் மனம் விரும்ப, அவளோ இன்னும் அவனிடம் பேசவில்லை என்பதை கவனத்தில் கொண்டு வந்தவன் தங்கைக்கு பிடித்த சத்தான பழங்களை வாங்கி கொடுத்து அன்னையையும் அர்ச்சனாவையும் பார்த்து வர சொன்னான். அவளோ வேலை இருக்கிறது முடியாது என்று கூற, தம்பிகளை அனுப்பி வைத்து இருந்தான்.

மதியம் வாடிக்கையாளருடன் சந்திப்பும், மதிய உணவும் ஒரு ஹோட்டலில் ஏற்பாடு செய்து இருந்தனர். சரவணன் அவனுடன் வேலை பார்க்கும் சக ஊழியர்கள் இருவருடன் சென்று பேசிவிட்டு, உணவை முடித்து கிளம்பும் போது அர்ச்சனா ஒரு வாலிபன் உடன் செல்வதை பார்த்தவன் ரெஸ்ட் ரூம் சென்று வருகிறேன் என கூறி மீண்டும் ஹோட்டல் உள்ளே சென்று அவளை பின் தொடர்ந்தான்.

அவளோ அவனோடு ஒரு அறைக்குள் சென்று இருந்தாள். எந்த அண்ணனும் பார்க்க கூடாதா காட்சியை கண்டவனுக்கு உடல் நடுங்க ஆரம்பித்தது. அவசரமாக ஹோட்டல் விட்டு வெளியே வந்தவன், அலுவலக நண்பர்களுடன் கிளம்பி இருந்தான். அலுவலகம் வந்து சந்திப்பு பற்றிய அறிக்கையை கொடுத்து விட்டு, உடல் நலம் சரியில்லை என்று இல்லம் வந்து இருந்தான்.

வீட்டில் நடு கூடத்தில் அவனின் தந்தை அமர்ந்திருக்க, அவரை கடந்து அறைக்குள் சென்றவன் உடை மாற்றி சோர்ந்து அமர்ந்து இருந்தான். மனம் இன்னும் அதே காட்சியை ஓட விட்டு இவனை பதட்டமடைய செய்து இருந்தது. நெஞ்சை நீவி விட்டு கொண்டவனுக்கு கண்கள் கலங்க ஆரம்பித்து இருந்தது. வாசலில் யாரோ வரும் சத்தம் கேட்க எழுந்து பார்த்தவன் அர்ச்சனாவை கண்டதும் கண் துடைத்து விட்டு அவள் முன் வந்து நின்றான்.

" அர்ச்சனா உன்கிட்ட ஒரு விஷயம் பேசணும் ஃப்ரெஷ் ஆகிட்டு வா "

" இதோ வரேன் அண்ணா அஞ்சு நிமிஷம். "

சரவணன் காஃபி வைத்து தந்தை முன் வைக்க, அவனை நிமிர்ந்து பார்த்தவர் எடுத்து கொண்டார். தங்கைக்கு அவனின் அறைக்குள் கொண்டு வந்து வைத்தவன் காத்திருக்க, பொறுமையாய் வந்து சேர்ந்-தாள். காஃபி எடுத்து கொடுக்க, வாங்கி குடித்து முடித்தாள்.

" இன்னிக்கி உன்னை ஒருத்தரோட ஹோட்டலில் பார்த்தேன் யார் அவரு அச்சு? " சரவணன் கேட்ட கேள்வியில் சில நொடி பதிலின்றி அவளோ அவன் முகம் பார்க்க,

" ஆர்த்தியை கூட பார்க்க போக முடியாத அளவுக்கு வேலைன்னு சொல்லிட்டு போன? " அவன் குரலில் கொஞ்சம் கடுமை தெரிய,

" அவர் என் லவ்வர். நானும் அவரும் தனியா இருக்க ஹோட்டல் போனோம். அது அவருக்கு சொந்தமான ஹோட்டல். மூணு மாசமா நாங்க அங்க போய்ட்டு இருக்கோம்."

" இதெல்லாம் தப்புன்னு உனக்கு தெரியாதா அச்சு? கல்யாணத்துக்கு அப்புறம் முறையா நடக்க வேண்டியதை.. "

"பிளீஸ் போதும்.. எல்லாரும் உன்னை போல ஜடம் இல்ல. குடும்பம்

முக்கியம் சொல்லி உன் உணர்வை வெளிப்படுத்தாத முட்டாள் நீ, உன்னை போல என்னால வாழ முடியாது. நான் இந்த முடிவுக்கு வந்ததுக்கு காரணமே நீ தான். ஆர்த்தி அக்கா காதலை சத்தமே இல்லாம பிரிச்சு விட்ட தானே? சபரீஷ் அந்தஸ்துக்கு பாதி கூட இல்லாத ரிஷிக்கே நீ முடியாதுன்னு சொன்ன, என் காதலை சொன்னா என்ன செய்வன்னு எனக்கு தெரியாது? "

" பைத்தியம் உன்னை நீயே இழந்து நிக்கிற புரியுதா? அதும் உன் அண்ணன் என்னை நம்பாம, அந்த ரிஷி நல்லவன் இல்ல அச்சு, காசுக்காக பார்த்து இல்ல அவனால் ஆர்த்திக்கு காலம் முழுக்க கஷ்டம்னு தான் அவனை மறுத்தேன். அதையே உனக்கும் செய்வேன் எப்படி யோசிச்ச நீ? சரி அந்த பையன் வீட்டில் உங்க காதல் தெரியுமா? "

" யாருக்கும் தெரியாது. சொன்னா அவங்களும் சம்மதம் சொல்ல போறது இல்ல. வீண் அவமானம் தான் மிஞ்சும். அதான் நாங்க ரெஜிஸ்டர் மேரேஜ் பண்ணிக்க முடிவு செய்து இருக்கோம்."

" என்ன பேசற அச்சு நீ? நாங்க எல்லாம் இருக்கோம் தனியா ரெஜிஸ்டர் மேரேஜ் பண்ண போறேன் சொல்ற? அந்த பையனை வர சொல்லு நான் பேசறேன். முறையா ஊர் அறிய கல்யாணம் பண்ணிட்டு உங்க விருப்பம் போல வாழுங்க"

" வாய்ப்பு ரொம்ப குறைவு.. "

" நான் பேசறேன், நான் என் உயிரை கொடுத்தும் செய்து வைக்கிறேன். நீ அவரை வர சொல்லு பிளீஸ்... " சரவணன் சொல்ல சரியென்று கூறி விட்டு அறைக்குள் சென்று இருந்தாள். சரவணன் கிளம்பி சாரதி இல்லம் செல்ல, அவனோ நண்பனின் முகம் பார்த்தே எதோ தவறு என்று புரிந்து அவனை மாடியில் உள்ள அறைக்கு அழைத்து சென்று இருந்தான்.

" என்னாச்சு டா ஏன் பேய் அறைஞ்ச மாதிரி இருக்க? " சாரதியின்

கேள்விக்கு பதில் சொல்லாது அமர்ந்து இருந்தவனை தோள் தொட, சாரதியை கட்டி கொண்டு கதறி இருந்தான். அழுது முடித்து அனைத்தும் சொன்னவன் தலையில் வை வைத்து அமர்ந்து கொண்டான்.

" பெரிய இடம் டா.. நம்மை எல்லாம் வீட்டுக்குள்ளேயே விடமாட்டாங்க. அங்க போய் எப்படி சம்மதம் பேச? காதலா இருந்தா சரி அச்சுவும் அவனும் இப்போ பண்ணி இருக்கிறதை வெளிய சொல்ல முடியுமா? அசிங்கமா அச்சுவையோ நம்ம வீட்டில் உள்ளவங்களையோ பேசிட்டா என்ன செய்யுறது? மானம் மரியாதை எல்லாம் போய்டும். அவங்க அளவுக்கு செய்ய ஏதுடா காசு நமக்கு? "

" என் கவலை இன்னும் பெருசு சாரதி.. அம்மாகிட்ட இதை எப்படி சொல்வேன்? சந்தோஷ், ஹரிக்கு இதை எப்படி மறைப்பேன்? இந்த விஷயம் வெளிய தெரிஞ்சா பொண்ணே இப்படி, பசங்க எப்படியோன்னு சந்தோஷ், ஹரி நடத்தையை நாளைக்கு தப்பா பேசுவாங்க தானே? அப்பா பத்தி சபரீஷ் வீட்டுக்கு தெரிஞ்சா என்னாகும்? குணாகிட்ட எப்படி சொல்வேன்? என்னால உனக்கும் தங்கச்சிக்கும் மனசங்கடம் வந்திட கூடாது. சபரீஷ் வீட்டில் அச்சுவை எப்படி நடத்துவாங்கன்னு வேற தெரியல. ரெஜிஸ்டர் மேரேஜ் எல்லாம் பண்ணா இவங்களை பிரிச்சுட மாட்டாங்க? அவளுக்கு எதும் ஆகிட்டா என்ன செய்வேன்? நெஞ்செல்லாம் வலிக்குது டா. இந்த அச்சு என்னை நம்பவே இல்ல பாரேன்.."

" டேய் உடைஞ்சு போய் உக்கார்ந்து எதுவும் நடக்க போறது இல்ல. ஆரம்பம் ஒன்னு இருந்தா முடிவும் இருக்கும். எது வந்தாலும் பார்ப்போம் நான் இருக்கேன் கவலையை விடு. அம்மாக்கு இப்போ எதும் சொல்ல வேண்டாம் நாளைக்கு லஞ்ச் டைமில் சபரீஷ் பார்த்து பேசலாம்."

" தாங்க்ஸ் டா.. நான் வீட்டுக்கு கிளம்புறேன். " சாரதி உணவு உண்டு போக சொல்ல, இவனோ மறுத்து இல்லம் வந்து சேர்ந்து இருந்தான். ராஜேஸ்வரி ஆர்த்தி பற்றி கூறியதை கேட்டு லேசாய் மனம் அமைதியாகி இருந்தது. சாமர்த்தியமாக சரவணன் முகத்தில் எதையும் கட்டாது

மறைக்க, அர்ச்சனா எந்த கவலையும் இல்லாது நடமாடி இருந்தாள்.

அடுத்த நாள் மதியம் சாரதியும் சரவணனும் காத்திருக்க, சபரீஷ் அர்ச்சனா உடன் வந்து இருந்தான்.

" வணக்கம், நான் சரவணன் இவர் என் ப்ரெண்ட் சாரதி. "

" வணக்கம் சார். நான் சபரீஷ் என்னை பத்தி பெருசா உங்களுக்கு அறிமுகம் தேவையிருக்காது. அச்சு எல்லாத்தையும் சொன்னா, எனக்கு பணம், அந்தஸ்து எதுவும் முக்கியம் இல்ல. எங்க வீட்டில் கண்டிப்பா பார்ப்பாங்க அதும் ஒரே பையன் என் கல்யாணம் அவங்களுக்கு பெரிய கனவு. நான் காதலிக்கிறேன் சொன்னா எதிர்ப்பும் தான் வரும். நீங்க முயற்சி பண்ணாலும் இது நடக்காது. நான் ரெஜிஸ்டர் மேரேஜ் பண்றதில் உறுதியா இருக்கேன். அது தான் என் அம்மா அப்பாவை என் வழிக்கு கொண்ட வர எனக்கு இருக்கிற வழி "

" புரியுது சார்.. ஆனா என் தங்கச்சியை நான் இப்படி அனுப்பி விட்டா அங்க அவளுக்கு என்ன மரியாதை இருக்கும்? முறை இல்லாம வந்தவன்னு தானே சொல்வாங்க? அண்ணன் நான் இருந்தும் எதும் செய்யாம எப்படி இருப்பேன்? உங்க அளவுக்கு எங்களால் செய்ய முடியாது தான். ஆனா கல்யாணம் முறையா நடக்கறது தானே அர்ச்சனாக்கு மரியாதை? அதும் போக எல்லை மீறி உங்க உறவு போய்டுச்சு. இது தெரிஞ்சா உங்க அந்தஸ்த்து இல்லாத அவளை தப்பா பேசுவாங்க. நானே உங்ககிட்ட என் தங்கச்சியை காசுக்காக.. " சரவணன் கண் கலங்கி வார்த்தையை முடிக்காது விட்டு இருக்க, சபரீஷ் அவன் கைகளை பிடித்து கொண்டான்.

" நாங்க செஞ்சது எங்களுக்கு தப்பா தெரியல. எனக்கு அர்ச்சனாவோட அன்பும் அக்கறையும் தான் பெருசா தெரிஞ்சுது. தப்பான எந்த எண்ணத்திலும் நான் அவளோட பழகல, நீங்க சொல்றது உண்மை தான். காதலை பண்ணிட்டு கோழை மாதிரி எதுக்கு யாருக்கும் தெரியாம கல்யாணம் பண்ணனும்? நான் இன்னிக்கே வீட்டில் சொல்றேன். எங்க கல்யாணம் ஊர் அறிய நடக்கும்." சரவணன் அவனை கையெடுத்து கும்-

பிட, அர்ச்சனா முதல் முறையாய் அவள் செய்தது தவறோ என்று யோசிக்க ஆரம்பித்து இருந்தாள்.

மூன்று நாள் கழித்து சபரீஷ் அவர்களின் இல்லம் வர சொல்லி சரவணனை அழைக்க, நெஞ்சில் எழுந்த பெரும் தயக்கத்தை தள்ளி வைத்து விட்டு அவர்களின் இல்லம் சென்றான். எட்டு படுக்கை அறை கொண்ட வீடு மாளிகை போல காட்சி தர, சபரீஷ் அப்பா முன் நின்று வணங்கியவன், அப்படியே நிற்க, அவனை அமர கூட சொல்லவில்லை அவர்.

" சபரி சொன்னான்.. நாங்க என்ன என்னவோ யோசிச்சு வெச்சு இருந்தோம். எதையும் இல்லாம பண்ணிட்டான். ஒரே பையன் அவன் விரும்பின பொண்ணையே பண்ணிடுவோம் முடிவு பண்ணி இருக்கோம். எங்களுக்கு உன் தங்கச்சியை மருமகளா எடுக்க சம்மதம். ஆனா அதில் சில கண்டிசன் இருக்கு. "

" சொல்லுங்க சார் என் தங்கசிக்காக எதையும் செய்ய தயாரா இருக்கேன். " சரவணன் சொல்ல, அதை கேட்டுக்கொண்டே சபரியின் அம்மா வந்து அமர்ந்தார். சரவணன் அவருக்கும் வணக்கம் சொல்ல தலையை மட்டும் ஆட்டி வைத்தார்.

" 1. தங்கச்சியை கல்யாணம் பண்ணி கொடுத்துட்டோம் சொல்லிட்டு அதிக உரிமை எல்லாம் என் மகன் மேல எடுக்க கூடாது. முக்கியமா வேலை வேணும், காசு வேணும், உதவி வேணும் வரவே கூடாது.
2. அடிக்கடி தங்கச்சியை பார்க்க வரேன், அக்காவை பார்க்க வரேன் யாரும் வர கூடாது.
3. கல்யாண செலவு, சாப்பாடு, பொண்ணுக்கு நகை, பத்திரிக்கை இதெல்லாம் நாங்க பார்த்துப்போம். உங்க பக்கம் சொந்ததுக்கு செய்யுற செலவு எல்லாம் உன்னோட செலவு.
4. உங்க பக்கம் கல்யாணத்துக்கு சொந்தம் அளவா தான் வரணும். எங்க சொந்தம் முன்னாடி அசிங்கப்பட எங்களால் முடியாது.
5. உன்னால அவளுக்கு என்ன செய்ய முடியுமோ அதை செய். சபையில் குறை வைக்க கூடாது. அவ்ளோ தான் சரியா? " சபரியின் அம்மா கேட்க, சரவணன் சரியென்று தலையசைத்து இருந்தான்.

" ஒரே ஒரு விஷயம் மட்டும் கேட்கலாமா? தப்பா நினைக்க வேண்டாம். "

" கேளு பா " சபரியின் அப்பா சொல்ல,

" அர்ச்சனாவை உங்களுக்கு பிடிச்சு இருக்கா? எந்த மன குறையும் உங்களுக்கு அவ மேல இல்லையே?"

" பையன் விருப்பம் அவன் தான் வாழ போறான் எங்களுக்கு என்ன? ஃபோனில் உன் தங்கச்சி கூட பேசினோம் குணமா பேசினா அது போதும்னு நாங்க திருப்தி ஆகிட்டோம். கொஞ்சம் அந்தஸ்து இருந்து இருக்கலாம் அதான் இல்லையே? ரெண்டு பேரும் புருஷன் பொண்டாட்டியா நெருங்கின அப்புறம் எதையும் குறை சொல்லி பொண்ணை வேண்டாம் சொல்ல நாங்க கல் நெஞ்சுகாரங்க இல்ல. உன் தங்கச்சிக்கு இங்க ஒரு குறையும் இருக்காது கவலைப்படாத.."

" ரொம்ப நன்றிங்க சார். அப்போ நான் கிளம்புறேன். " சரவணன் விடைபெற்று கொண்டு வெளியே வந்தான்.

இரவு இல்லம் வந்தவன் தாயிடம் விஷயத்தை தலை குனிந்து அமர்ந்து முகம் பார்க்காது சொல்ல, ராஜேஸ்வரி அர்ச்சனாவை கோபத்தோடு அழைக்க, சரவணன் வேண்டாம் என்று தலையசைத்து தடுக்க, கோபத்தை கண்ணீராக அழுது தீர்த்தார். மெல்ல அவரை சமாதானம் செய்து அப்பாவின் காதில் தங்கையின் திருமணம் பற்றி கூறியவன், அறைக்குள் வந்து தம்பிகளின் முன் தயங்கி அமர, இருவரும் எதுவும் பேசாது அவனையே பார்த்து இருந்தனர்.

17

கார்த்திக் அன்று அலுவலகம் வரும் போதே முகம் எல்லாம் பிரகாசமாக இருக்க, புன்னகையுடன் அவன் அறைக்குள் நுழைந்து இருந்தான். அறைக்குள் வந்ததும் மாலை மீட்டிங் உள்ளது எனவும், சிற்றுண்டி, குளிர்பானம், இனிப்புகள் என நிறைய உணவுகளையும் ஏற்பாடு செய்ய சொன்னவன், அதற்கான தொகையை அவனே செலுத்தி இருந்தான்.

மாலை அனைவரும் கூடவும் கார்த்திக் அவர்களுக்கு நிச்சய பத்திரிக்கை கொடுத்து கண்டிப்பாக வர வேண்டும் என்று அழைப்பும் கொடுத்தான். அனைவரும் கார்த்திகை உற்சாகமாக வாழ்த்தி இருந்தனர். நவி பற்றி சிறு அறிமுகம் செய்து காதல் திருமணம், பெற்றோர் சம்மதம் பெற்று நடக்கிறது என்று கூறவும் இன்னும் இன்ப இரைச்சல் அதிகமாகி இருந்தது. மெல்ல அனைவரும் உணவுகளை உண்டு. வாழ்த்து சொல்லி விடைபெற, விவேகா மட்டும் கார்த்திக்கை தனியே சந்திக்க காத்து இருந்தாள். அவன் அறைக்குள் சென்று அமரவும் பின்னே வந்தவள்,

" உண்மையா காதலா கார்த்திக்? எவ்ளோ நாளா? சொல்லவே இல்லையே? "

" உண்மையாவே காதல் கல்யாணம் தான். ரெண்டு வருஷமா கண்ணுலையே காதல் பண்ணி இருக்கேன். ரெண்டு வாரம் முன்னாடி தான் மனசு விட்டு பேசினோம். அவங்க வீட்டில் சம்மதம், அஷ்வின் என்

லவ்வை வேண்டாம்னா சொல்ல போறான்? "

" அவருக்கு பொண்ணு பார்த்துட்டியா? அவர் கல்யாணத்துக்கு சம்மதம் சொல்லிட்டாரா? "

" புரியல விவே "

" உன் அண்ணாக்கு கல்யாணம் பண்ணிட்டு தான் உனக்குன்னு சொன்ன? அவருக்கும் பொண்ணு பார்த்தாச்சா? "

" பொண்ணு எல்லாம் பார்த்துட்டேன், சம்மதம் தான் சொல்ல மாட்டேன் இருக்கான். பொண்ணும் பிடிவாதமா இருக்கா "

" விளையாடாத கார்த்திக் "

" என்னால முடியல விவேகா. சோர்ந்து போய்ட்டேன்.. இனி அவன் வாழ்க்கை அவன் கையில் அந்த சின்ன பையனும் அவனும் தனியா கிடந்து சாகனும் எழுதி இருந்தா மாத்தவா முடியும்? என்ன பரத் தான் இவனால ஏங்கி போவான் அதுக்கு நான் என்ன செய்ய முடியும் சொல்லு? அப்பன் அவனுக்கு இல்லாத அக்கறை எனக்கு எதுக்கு? ரொம்ப அக்கறை இருந்தா நீ கூட அவனுக்கு பொண்ணு பார்த்து, கல்யாணம் பண்ணி வைக்கலாம். நான் கல்யாணம் பண்ணிட்டு என் நவநீதா கூட என் வாழ்க்கையை ஆரம்பிக்க போறேன். உனக்கும் இனி-மேல் என் தொந்தரவு இருக்காது. அப்புறம் கண்டிப்பா நிச்சயத்துக்கு வந்துரு, என் பக்க உறவா, நட்பா உன்னை எதிர்ப்பார்க்கறேன் ஏமாத்-திடாதடி "

" கண்டிப்பா வருவேன் டா. இதெல்லாம் நீ சொல்லனுமா? "

" தாங்க்ஸ் விவே, நேரமாச்சு நிச்சயப்பட்டு எடுக்க போகனும் வரேன். " கார்த்திக் சொல்லிவிட்டு விடைபெற, விவேகா ஏனோ சோர்ந்து போய் அவள் இருக்கையில் வந்து அமர்ந்து கொண்டாள். மனம் எல்லாம் அஷ்வின் வந்து நிற்க, உடன் பரத்தின் பிஞ்சு முகம் அவள் மனதை

வாட்டியது.

இல்லம் வந்த கார்த்திக் கட்டை விரல் உயர்த்தி காட்டி வெற்றி என கூற, ரஞ்சித் அவனை அணைத்து கொண்டான். இரவு அனைவரும் கூடி பேசி நிச்சய வேலைகளை தொடங்கி இருந்தனர். அஷ்வினால் அதிகம் எதிலும் கலந்து கொள்ள முடியவில்லை. பரத் ஒரு பக்கம் என்றால், அஷ்வினின் கால் ஒரு பக்கம் ஒத்துழைக்காது அவனை சிரமப்படுத்தியது. ஆனால் அதுவே இவர்களுக்கு வசதியாக மாறி இருந்தது.

கார்த்திக் அவர்களின் சில நெருங்கிய சொந்தங்களின் இல்லம் சென்று நேரில் பத்திரிக்கை வைத்து, அஷ்வின் - விவேகா பற்றி கூறி அவனை திருமணத்திற்கு சம்மதிக்க வைக்க உதவி செய்யுமாறு கேட்டுக் கொண்டான். இன்னும் இரு நாளில் நிச்சயம். ரஞ்சித் கார்த்திக் உடன் விவேகா இல்லாத நேரம் பார்த்து அவர்களின் இல்லம் வந்து இருந்தான். வரவேற்று அமர வைத்தவர் கார்த்திக் பத்திரிக்கையை பார்த்து மனதார ஆசிர்வாதம் செய்தார்.

" நானும் பொறுமையா இருந்திருந்தா இந்நேரம் விவேகா நல்லா இருந்திருப்பா, அவ விதி இதான் போல.. "

" இல்லப்பா.. அஷ்வின் அண்ணா கூட சேர்த்து வைக்க தான் இந்த நிச்சயம், நீங்க தான் எனக்கு அப்பாவா நின்னு தட்டை வாங்கனும். இன்னிக்கே கிளம்பி விவேகா, சிவானி கூட நம்ம வீட்டுக்கு வாங்க. நெருங்கி வந்தா தான் ரெண்டு பேரும் ஒருத்தரை ஒருத்தர் பார்த்து மனசு மாறுவாங்க, உங்க ஒத்துழைப்பு இல்லாம என்னால எதும் செய்ய முடியாது. "

" ஆனா.. கார்த்திக் விவேகா வரணும் இல்லையா? "

" எனக்கு யார் இருக்கா உங்களை விட்டா? அதெல்லாம் அவ சரின்னு சொல்வா வாங்க "

" எதும் பேசினா சொல்லுங்கப்பா நான் வந்து அவகிட்ட பேசறேன்."

ரஞ்சித் கூற,

" நீ இங்கேயே இருந்து அவளை பேசி கூப்பிட்டு வா மச்சி. இனி அமைதியே ஆகாது அதிரடி தான்." கார்த்திக் சொல்ல ரஞ்சித் சரியென அங்கேயே அமர்ந்து கொண்டான். விவேகா வந்ததும் இரஞ்சித்தை கண்டு முகம் எல்லாம் புன்னகையுடன் அவனை வரவேற்று இருந்தாள். ரஞ்சித் விஷயத்தை கூற, முதலில் தயங்கி நின்றவள் பின்,

" உங்க அம்மா அப்பா வராங்க தானே? தனியா என்னை விட்டு எங்கையும் போக கூடாது பிராமிஸ்?"

" தூங்க, பாத்ரூம் எல்லாம் எப்படி தனியாவா இல்ல அதுக்கும் ஆள் யாரையாவது துணைக்கு அனுப்பனுமா? ஒரு பொண்ணுக்கு அம்மா ஆகிட்டு இன்னும் குழந்தை மாறி பேசிட்டு இருக்கா.. "

" சரி டா.. பேக் பண்ணிட்டு கிளம்பலாம். காஃபி தரவா? "

" நீங்க கிளம்பி வந்தாலே போதும். சிவானி ரெடி, அப்பா ரெடி, நீ தான் ரெடியாகனும் ஓடு. " விவேகா கிளம்பி வரவும் நேராக அஷ்வின் இருக்கும் வீட்டில் கொண்டு வந்து விட்டான் ரஞ்சித். விவேகா அவனை கேள்வியாக பார்க்க,

" என்ன? கார்த்திக் கூட நான் நைட் வரேன். நாளைக்கு காலையில அப்பாவும், அம்மாவும் வந்துடுவாங்க. வேற என்ன எதுக்கு முழிக்கிற? "

" டேய்.. அப்போ காலையில வந்து இருக்கலாம் இல்ல? இப்போவே? தனியா எப்படி டா? "

" ஹலோ உள்ள கார்த்திக் சித்தப்பா குடும்பம் இருக்கு, உன்னோட உன் அப்பா இருக்காரு, உன் பொண்ணு இருக்கா, நீ வந்தது எதுக்கோ அதை பாரு. அஷ்வின் அண்ணா வீட்டில் இல்ல இப்போ போ உள்ள.. ரொம்ப நேரம் வாசலில் நின்னா நல்லா இருக்காது. "

விவேகா வீட்டின் உள்ளே செல்ல, ரஞ்சித் அவர்களிடம் தோழியை அறிமுகம் செய்து வைத்தான். விவேகா பின்னே மறைந்து நின்ற சிவானியை கார்த்திக்கின் சித்தி தூக்கிக்கொள்ள, மெல்ல அங்கே அவர்களோடு கலந்திருந்தாள். முன்னே கார்த்திக்கின் தங்கை ரேவதி, அவளின் மகன் சிபி இருக்க, பரத் இப்போது சிவானியையும் அவனோடு விளையாட்டில் சேர்த்து கொண்டான். விவேகா மகளோடு பரத், சிபி இருவரையும் அமர்த்தி கதை சொல்லி உணவை ஊட்டி விட, சித்தி சொன்ன பொருட்களை எல்லாம் வாங்கி கொண்டு வந்தான் அஷ்வின். வாசலில் அமர்ந்து இருக்கும் விவேகாவை கண்டதும் அஷ்வின் தலை குனிந்து கொள்ள, பரத் அப்பா என்று அவனிடம் சென்று இருந்தான்.

" சாப்பிட்டு வா பரத்.. அப்பா உள்ள போறேன். " மகனிடம் கூறிவிட்டு சித்தி என்ற அழைப்புடன் வீட்டின் உள்ளே சென்று இருந்தான். விவேகாவின் தந்தையை கண்டவன் ஒரு நிமிடம் தயங்கி, பின் இன்முகமாக வரவேற்று இருந்தான். விவேகா பிள்ளைகளுக்கு ஊட்டி விட்டு சிவானியை உறங்க வைக்கிறேன் என அவளுக்கு கொடுத்த அறைக்குள் சென்று மறைந்து கொண்டாள்.

இரவு பத்து மணிக்கு கார்த்திக், ரஞ்சித் இருவரும் வர, விவேகா நிம்மதியாய் மூச்சு விட்டு இருந்தாள். அஷ்வின் அவன் அறைக்குள் இருக்க, விவே அவளுக்கு கொடுத்த அறையில் இருந்தாள். விவேகா அறைக்குள் சென்ற ரஞ்சித்

" அப்பா சாப்பிட்டாறா? நீயும் சிவானியும்? "

" அப்பா சாப்பிட்டு இப்போ தான் படுக்க வந்தார். சிவானி சாப்பிட்டு தூங்கிட்டா, நான் தான் உங்களுக்கு வெயிட் பண்ணிட்டு இருந்தேன். "

" சரி வா சாப்பிடுவோம்."

விவேகா ரஞ்சித் அருகில் அமர, அவன் அருகில் கார்த்திக் அஷ்வின் உடன் அமர்ந்து இருந்தான். பரத் தூங்காது வீட்டில் மூழ்கி இருந்தான்.

அதை கண்ட விவேகா,

" ஆன்டி சிபி தூங்கிட்டானா? "

" சாப்பிட்டா அவன் மட்டையாகிடுவான். உக்கார கூட முடியாது அவனுக்கு.. " கார்த்திக் தங்கை ரேவதி சிரிப்புடன் சொல்ல,

" சிவாவும் தூங்கிட்டா, இந்த பரத் இன்னும் டிவி முன்னாடி உக்கார்ந்து இருக்கான் பாருங்க. சரியா சாப்பிடவும் இல்ல, இப்போ தூங்காம டிவி பார்த்துட்டு இருக்கான். " விவேகா தீவிரமாக சொல்லிவிட்டு பரத் என்று அழைக்க அவளின் அருகில் வந்தவனை தலை வருடி,

" ஏன் இவளோ நேரமா தூங்காம இருக்க? குட்டி பசங்க எல்லாம் சீக்கிரம் தூங்கிடனும் தெரியுமா? சிபி, சிவா எல்லாம் தூங்கியாச்சு. "

" சிபி, சிவா கூட அம்மா இருக்காங்க, எனக்கு இல்ல. அப்பா கூட தான் தூங்கனும் அதான் வெயிட் பண்றேன். " அவன் பதிலில் அனைவரும் அமைதியாக, விவேகா ஏன் இந்த கேள்வியை கேட்டோம் என்று தலை குனிந்து அமர்ந்து கொண்டாள். அஷ்வின் அரைகுறையாக உண்டவன் மகனை தூக்கிக்கொண்டு அறைக்குள் சென்று இருந்தான்.

" இந்த அண்ணனுக்கு எதும் சொல்லிட்டா வந்துரும். சரியா சாப்பிடாம பையனை தூக்கிட்டு ஓடுறதை பாருங்க. ஒரு கல்யாணம் பண்ணா தான் என்ன? வயசும் இருக்கு, தேவையும் இருக்கு. அந்த பையன் தினம் அம்மாவை ஏங்கி போறான். என்னால தூக்கி போக முடிஞ்சா இவனை நானே வாங்கிட்டு போய் இருப்பேன். எல்லாம் நேரம்.. "

" விடு ரேவதி, அக்கறை உள்ள அவனே பிள்ளையை பத்தி யோசிக்கிறது இல்ல. அப்பாக்கும் அம்மாக்கும் ஏங்கி அழனும்னு சில பிள்ளைங்க வரம் வாங்கிட்டு வரும் போல " கார்த்தி சொல்ல, விவேகா அமைதியாய் அவளின் அறைக்குள் சென்று இருந்தாள்.

அடுத்த நாள் காலை சீக்கிரம் எழுந்தவள் டீ போட்டு அஷ்வினை தவிர்த்து அனைவருக்கும் கொடுக்க, கார்த்திக், ரஞ்சித் இருவரும் அறை விட்டு இன்னும் வரவில்லை என இருவருக்கும் டீ தர அறைக்-குள் சென்றவள் அப்படியே நின்று இருந்தாள். அறைக்குள் அஷ்வின் கண்ணாடி முன் நின்று தலைவாரிக் கொண்டு இருந்தான். அவனோ அவனுக்கு தான் டீ கொண்டு வந்து இருக்கிறாள் என்று நினைத்து டீயை எடுத்து கொண்டு, தாங்க்ஸ் என்று கூற,

" நான் நேத்து தப்பா எதும் பேசி இருந்தா சாரி. பரத் சரியா சாப்பிடுறது இல்ல. பார்க்கவே வெயிட் கம்மியா தெரியுறான். அதான் கவலையில் நேத்து கொஞ்சம் அதிகமா பேசிட்டேன். "

" தாங்க்ஸ், நான் என்னன்னு பார்க்கிறேன். "

" இன்னொரு கல்யாணம் பண்ணிக்க கூடாதா? எனக்கு துணையா அப்பா இருக்கார். உங்களுக்கு துணைக்கு யாரும் இல்ல. பையன் ஏங்கி போறது உங்களுக்கு தெரியலையா? அவன் பாவம் தானே? "

" இதே கேள்வியை உன்கிட்ட கேட்டா என்ன பதில் சொல்வ விவே? அதே தான் எனக்கும். உன் அக்கறையை வேற இடத்தில் காட்டுனா நல்லது. " அஷ்வின் கூறி விட்டு நகர்ந்து விட, விவேகா அமைதியாய் அறை விட்டு வெளியே வந்தாள்.

18

ஆத்விகாவை பார்கவி உடன் இல்லம் அனுப்பி வைத்தவன். விஷால் இல்லம் வர, விஷால் சோர்ந்த முகத்துடன் வரவேற்க, யாஷினி நீர் அருந்த கொடுத்தாள்.

" மாமா எங்க மச்சான்? "

" ஹோட்டல் இருந்து வந்ததும் ரூம் உள்ள போய்ட்டார். "

" நான் போய் பேசட்டுமா? "

" என்ன மனநிலையில் இருக்காருன்னு தெரியல. சரி வாங்க நானும் கூட வரேன். " கூறிவிட்டு விஷால் முன்னே செல்ல சிவா பின்னே சென்றான். செல்வா கட்டிலில் சாய்ந்து அமர்ந்து கண் மூடி இருந்தார். அறை வாசலில் நின்று " அப்பா " என விஷால் அழைக்க, கண் திறந்தவர் சிவாவை கண்டதும் இருவரையும் உள்ளே அழைத்தார்.

" மாமா.. அத்தை ஏன் அப்படி சொன்னாங்கன்னு தெரியல சாரி." சிவா சொன்னதை கேட்டு புன்னகை சிந்தியவர்,

" அப்படி இல்ல மாப்பிள்ளை. பொண்ணு, மருமகன் முன்னாடி முன்-

னாள் காதலனை பார்த்த அதிர்ச்சி. அவ கண்ணு ஒரே ஒரு முறை என் கண்ணை நேரா பார்த்தது, அப்புறம் பார்க்கவே இல்ல. தெரியாது சொல்லி சாதிச்சுட்டா.. இன்னும் பிடிவாதத்தில் மாறவே இல்ல. ஆத்விகா பிடிவாதம் சொன்னீங்க இல்ல? அது அவ அம்மா கொடுத்தது. தெரியாலை தானே சொன்னா? சொல்லிட்டு போகட்டும். ஆத்வி எத்தனை மணிக்கு வேலைக்கு போவா? "

" மாமா.. நீங்க கவலையா இருப்பீங்கன்னு வந்தேன். நீங்க அடுத்த பிளான் போட்டு இருக்கீங்க, இப்போ தான் எனக்கு நிம்மதியா இருக்கு. எட்டு மணிக்கு கிளம்பிடுவா, அத்தை மட்டும் தான் தனியா வீட்டில் இருப்பாங்க. நேரா போய் பார்த்து பேசுங்க. ஆல் தி பெஸ்ட். "

" அப்பா தனியாவா போறீங்க? "

" ஏன் நீயும் வரியா விஷால்? உன் பொண்டாட்டி உனக்கு எதும் வேலை தரலியா? இல்ல பிரஸில் வேலை இல்லையா? "

" தெரியாம கேட்டேன் என்னை டேமேஜ் பண்ணாதீங்க "

" தனியா போய் பேசினா தான் அவ வாய் திறப்பா, நாளைக்கு பேசிட்டு வந்து சொல்றேன். "

" சூப்பர் மாமா.. உங்க கையில் தான் என் கல்யாணம் இருக்கு, பார்த்து செய்யுங்க பிளீஸ்.. "

" எல்லாம் நல்லதே நடக்கும். கவலை வேண்டாம். " சிவா இன்முகத்தோடு விடைபெற்று அலுவலகம் வந்து ஆத்வியிடம் விஷயத்தை கூற அவளும் சரியென கூறி இருந்தாள்.

அடுத்த நாள் காலையில் சீக்கிரமே குளித்து வேலைக்கு கிளம்பி இருந்தாள். பார்கவி எப்போதும் போல துவைத்து, வீடு சுத்தம் செய்து, மாலை கடைக்கு தர வேண்டிய மல்லிகையை எடுத்து கட்ட துவங்கி இருந்தார். ஒரு சரம் கட்டி முடிக்கவும் காலிங் பெல் அடிக்க எழுந்து சென்று

திறந்தவர் அதிர்ந்து நின்று விட்டார்.

" உள்ள வான்னு கூப்பிட மாட்டியா பாரு "

" இங்க எதுக்கு வந்தீங்க? என் வீடு உங்களுக்கு எப்படி தெரியும்? "

" முதல உனக்கு என்னை யாருன்னு தெரியுதா? " செல்வா கேட்ட கேள்வியில் பாரு நிமிர்ந்து அவரை கண்ணீர் கண்களுடன் பார்க்க,

" என்னை தெரியலன்னு நீ தான் பாரு சொன்ன, இப்போ ஏன் கண் கலங்கி நிக்கிற? உள்ள வரட்டுமா? "

" வாங்க.. "

" தண்ணி குடு மா கொஞ்சம் " செல்வா கேட்கவும் உள்ளே சென்றவர் மோர் கொடுக்க, புன்னகை முகத்துடன் வாங்கி குடித்து இருந்தார்.

" எப்படி இருக்க பாரு? நீ யாரோட இருக்க, உன் குழந்தை, வேலை இதை எல்லாம் கேட்கல.. எப்படி இருக்கன்னு கேட்டேன் "

" நல்லா இல்ல. நீங்க அவ்ளோ வற்புறுத்தி கூப்பிட்டும் உங்களோட வர மாட்டேன் சொன்ன நான் அப்போ இருந்து இப்போ வரை நல்ல இல்ல. நேத்து உங்களை பார்த்ததும் ஒரு பக்கம் ஆச்சரியம். இன்னொரு பக்கம் என் நிலை தெரிஞ்சா நீங்க என்ன சொல்வீங்கன்னு பயம். அதான் தெரியாதுன்னு சொன்னேன் மன்னிச்சுடுங்க "

" எனக்கு உன்னை பத்தி எல்லாமே தெரியும். உனக்கு தான் சில விஷயம் தெரியாது. நேரம் வரும்போது சொல்றேன். என்னை பத்தி சொல்லனும் பாரு கேட்க தயாரா? "

" சொல்லுங்க "

" நீ வர மாட்டேன் சொன்னதும் கோபத்தோட சென்னை போய் சேர்ந்-

தேன். என் கவனத்தை படிப்பில் வெச்சு இருந்தேன். கவர்மெண்ட் பிரஸில் வேலை, கை நிறைய சம்பளம். என்னை வேண்டா சொன்ன நீயே பொறாமைப்பட வாழனும் வெறி. அம்மா பார்த்த பெண்ணில் எனக்கான ஒருத்தியை கண்டு எடுத்து கல்யாணம் பண்ணேன். கனகவல்லி அன்பான பொண்ணு, அவளை நேசிச்சு குடும்பம் நடத்தினேன். நேத்து ஹோட்டலில் பார்த்தியா? விஷால் அவன் தான் என் ஒரே மகன். என் வளர்ப்பு மகன். கனகாக்கு குழந்தையை சுமக்குற சக்தி இல்ல. நிறைய முயற்சி பண்ணோம் அப்போ இருந்த மருத்துவம் அவ்ளோ தான் கை கொடுத்தது. கனகா அவளே ஆசிரமத்தில் இருந்து கூப்பிட்ட வந்த பையன் தான் விஷால். அவனோட பத்து வயசு வரை காதலும் அன்பும் கலந்த இன்பமான வாழ்க்கை. விஷாலுக்கு எங்க மேல ரொம்ப பாசம். ஒரு நாள் மழை வருதுன்னு துணி எடுக்க போனவ, மழை காத்தில் துணி கரெண்ட் கம்பி மேல விழுந்ததை பார்க்காம தொட்டு உயிர் விட்டுட்டா, விஷால் ராசி தான் காரணம் அறிவு இல்லாம பேசினாங்க. மறுபடியும் கரூர் விட்டு சென்னையில் கொஞ்ச நாள். அதுக்கு அப்புறம் வாழ்க்கையில் நிறைய கண்ணீர், அம்மான்னு அழற என் மகனுக்காக மட்டுமே வாழ்ந்தேன். அவனோட பதின் வயசு வரை தான், நான் அவனுக்கு அப்பா. அப்புறம் எனக்கு அப்பா அவனாகிட்டான். "

" வருஷம் ஓடிடுச்சு கனகா இல்லாமலே, ஊருக்கு போகும் போது எல்லாம் உன் புருஷனை பார்ப்பேன். அடிமை மாதிரி அந்த பொண்ணு காலில் கிடப்பார். என் பாருக்கு என்ன குறைன்னு துரத்தி விட்டார் தோணும். சட்டை பிடிச்சு கேட்க இரத்தம் கொதிக்கும் ஆனா இதான் சாக்குன்னு உன்னை தப்பா பேசுவாங்க. அப்புறம் கல்யாணம் பண்ணதும் எல்லாம் கடந்து போய்டுச்சு. உன் மேல சரி அளவு கோபமும் காதலும் இருந்தது. "

" வீட்டுல நம்ம விஷயம் தெரிஞ்சு அவசரமா ஏற்பாடான கல்யாணம். உங்களை கண்டா கொன்னு போடனும் அப்பா கோவமா இருந்தார். அப்பா அவசரமா பார்த்த மாப்பிள்ளை தான் தங்கவேல் பெயரில் மட்டும் தான் தங்கம். தாலி கட்டின முதல் ராத்திரியே அசிங்கம் அசிங்கமா பேசி என்னை.. ஒரே மாசத்துல ஆத்வி நின்னுட்டா, அதுக்கும் அந்த ஆளுக்கு பெருமை எதோ அவரு ஆம்பளை நீருபிச்ச சந்தோசம்..

ஆத்வி பிறந்த அப்புறம் உடம்புக்கு முடியாம போய்டுச்சு. பாலுக்கு அழுத என் பிள்ளைக்கு பால் கூட தர முடியாது. எதும் பேசினா உங்களை வெச்சே அம்மா, அப்பா, மாமியார் எல்லாரும் ஜாடையா பேசுவாங்க. அந்த ஆள் ஊர் மேய போய்டுவான், இப்படி பேசுறாங்க சொன்னா அவனும் தான் என்னை பேசுவான் அதும் நேரடியா, நமக்கு வந்த சோதனை என் மகளுக்கு வேண்டாம் தான் நானே வேலை பார்த்து என் காலில் நின்னேன்."

"கடந்து போய்டுச்சு.. நிறைய அழுகை, நிறைய சோகம். எல்லாம் முடிஞ்சு இதோ என் பொண்ணுகாக மட்டுமே வாழ்ந்துட்டு இருக்கேன். ஆத்விகா அறிவான பொண்ணு. கொஞ்சம் என்னை போலவே பிடிவா-தம் இருந்தாலும், பக்குவமும் பொறுமையும் அதிகம். எதையும் எடுத்-துட்டு சட்டுன்னு விட்டு போக மாட்டா.. "

" தெரியும் சிவா அவளுக்கு சரியான ஜோடி. விஷால் விசாரிச்சு சொன்னான் தங்கமான பையன் தான் எல்லாருக்கும் சொல்றாங்க. எப்போ கல்யாணம்? "

" உங்களுக்கு எப்படி தெரியும்? "

" என் பையன் என்னை இன்னொரு கல்யாணம் பண்ணிக்க சொல்லி கேட்டான். பையனுக்கே கல்யாணம் பண்ணி மருமக வந்த அப்புறம் கல்யாணம் அவசியமான்னு மனசில் எனக்கு கேள்வி. ஆனா வீட்டுல பேச்சு துணைக்கு மருமக இருந்தாலும் அடிப்படை சில விஷயம் தான் அவளோட பேச முடியும். மருமக இருக்கான்னு எதும் சமைக்க சொல்லி கேட்டா இதெல்லாம் என்ன மாமா, எப்படி செய்யனும் வந்து கேட்பா.. சின்ன பொண்ணு இல்லையா? பழைய காலத்து சமையல், கதை எல்-லாம் தெரியாது. மனசில் உள்ளதை மனசு விட்டு பேச துணை இல்ல. உடல் உறவு, காமம் எல்லாம் தாண்டி ஆறுதலா ஒருத்தி கூட பேசிட்டு இருக்கிறது நல்லதுன்னு தோணுச்சு, எதிர் கருத்து பேசி சண்டை கூட போடட்டும். அட இப்படி நான் பேசுறதை நீ கேட்கிற மாதிரி என் பேச்சை கேட்க ஒருத்தி கண்டிப்பா வேணும் தான் சரின்னு சொல்லிட்-டேன். என் மகன் அவனுக்காக தேர்ந்து எடுத்த அம்மா நீ தான். விதி

உன்னை என்கிட்ட எப்படி கொண்டு நிறுத்தி இருக்குன்னு பார்த்தியா? "

" எந்த பொண்ணு உன் வயித்தில் இருக்கான்னு காரணம் சொல்லி என்னை அனுப்பி வெச்சியோ அவளே நேரில் வந்து அப்பா, அம்மாகிட்ட பேசி சம்மதம் வாங்குங்க அவங்க இனி அழ கூடாதுன்னு சொல்றா, நம்மை சேர்த்து வைக்க அவங்க நாலு பேரும் நிறைய முயற்சி பண்ணிட்டாங்க. இது கடைசி முயற்சி, என்னோட வாழ இன்னும் உன்னை தடுக்குறது உன் எண்ணங்கள் மட்டும் தான். என் மகனுக்கு தாய் பாசம் ரொம்ப கம்மியா தான் கிடைச்சுது நீ சம்மதம் சொன்னா அவனுக்கு திரும்ப தாய்ப்பாசம் கிடைக்கும். மகளை கட்டி கொடுத்திட்டோம் கவலை வேண்டாம். மருமக இருக்கா தினம் சண்டை போட, நான் இருக்கேன் பேசி தீர்த்து வைக்க, இருபத்தி அஞ்சு வருஷம் முன்னாடி கேட்ட அதே கேள்வியை கேட்கிறேன். என்னோட வரியா பாரு, நான் உன்னை கண் கலங்கமா பார்த்துக்கரேன்.."

பார்கவி புடவையை வாயில் வைத்து அழுது இருக்க, செல்வா அவரின் தலையில் வைத்து சமாதானம் சொன்னார். நீண்ட நேர அழுகைக்கு பிறகு,

" எனக்கு யோசிக்கனும். கொஞ்ச நாள் அவகாசம் வேணும். எந்த முடிவா இருந்தாலும் நீங்க ஏத்துக்கனும். "

" நான் ஏத்துப்பேன். என் பொண்ணு விட மாட்டா, உனக்கு பிரச்சனை வெளிய இல்ல. உன் வீட்டில் தான் இருக்கு.. " செல்வ சிரித்து விட்டு சொல்ல, பார்கவி அவரை கிளம்ப சொல்லி இருந்தார். சரியென செல்வா விடைபெறவும் எப்போதும் போல வேலையில் மூழ்கி விட்டார். மாலை ஆத்வி சிறு பயத்தோடு தான் இல்லம் வந்தாள். ஆனால் பார்கவி முகத்தில் சலனம் இல்லை எப்போதும் போல இயல்பாக செல்ல, இரவு அன்னை தூங்கியதும் ரெக்கார்டர் எடுத்து வந்து கட்டிலில் விழுந்தவள் இருவரின் உரையாடல் கேட்டு விஷால் பற்றி அறிந்து கொண்டு நிறைய அழுது இருந்தாள். சிவாவிடம் அனைத்து விவரமும் சொன்னாள். அடுத்து வந்த நாட்கள் எல்லாம் கடந்தது ஆத்வியின் திருமண

வேலையில் கூட வேகம் இன்றி போய் கொண்டிருந்தது. பார்கவியின் மனதில் என்னவென்று யாரும் அறிய முடியவில்லை.

19

" ஜீவாக்கு தெரியும் பிரபா.. அவருக்கு தெரியாம எப்படி உன்னை வர சொல்ல முடியும்? அது முறையும் சரியும் இல்லையே? நான் குழப்பத்திலும், கவலையிலும் இருக்கிறது பார்த்து அவர் தான் உன்னை கூப்பிட்டு பேச சொன்னார். அவரும் உன்னை சந்திக்கிறதா தான் இருந்தார். அவசரமா ஆஃபீஸ் வேலை பெங்களூர் போக வேண்டிய அவசியம் வரவும் கிளம்பி போய் இருக்கார். இன்னிக்கி ஈவ்னிங் வந்துருவார். "

" ஜீவாவை நினைச்சு ரொம்ப சந்தோசமா இருக்கு திவ்யா. இத்தனை பக்குவம் உள்ள ஒருத்தர் கிடைக்கிறது வரம். சரி, ஏன் வீட்டுக்கு சொல்ல வேண்டாம் சொன்ன? "

" நான் அவங்களுக்கு தேவை இல்ல பிரபா. என் காசு தான் அவங்க தேவை. நான் அனுப்பின காசில் ஹை ரிச் வாழ்க்கை அவங்களுக்கு, எனக்காக எதையும் சேர்த்து வைக்காம அவங்க தேவைக்கு மட்டும் சேர்த்து வெச்சுட்டாங்க. ஜீவா மேல உள்ள என் காதலை சொன்னதும் ஒரே எதிர்ப்பு. உன்னோட காதலில் இருந்த அப்போ கண்மணி அண்ணன் ரமேஷ் மட்டும் இல்ல என் குடும்பமும் உன்னோட சேர விடல."

" நிறைய எதிர்ப்பு எதையும் தாங்க முடியாம தான் பெங்களூர் வந்தேன். வேலை கிடைச்சு காசு அனுப்புற வரை தினம் குத்தல் பேச்சில் ஃபோன் வரும். காசு அனுப்பினா பேச மாட்டாங்க. எனக்கான உண்மையான அன்பும் காதலும் உன்கிட்ட தான் பிரபா கிடைச்சது. அதான் உன்னை

இழந்து அதை தாங்க முடியல. "

" ஒரு முறை குடும்பம், அவங்க மேல இருந்த அக்கறை, பாசம், அன்புன்னு, உன்னை இழந்தது போதும். மறுபடியும் ஒரு காதலை இழக்க தயாரா இல்ல. எனக்கு என் வாழ்க்கை மாறனும் பிரபா. இவங்க சுயநலம் பார்த்து என் வாழ்க்கையை அழிச்சுட்டு இனியும் தனியா என்னால வாழ முடியாது. யாருக்கும் சொல்லாம ரெஜிஸ்டர் மேரேஜ் பண்ணிக்க முடிவு செய்து இருக்கோம். "

" ஜீவா வீட்டில் சம்மதம் தானே? "

" அவங்க வீட்டில் இஷ்டம் தான். நான் எங்க வீட்டில் உள்ள யாருக்குமே சொல்ல போறது இல்ல. அவங்களா என்னை தேடி வரும் போது அவங்களே தெரிஞ்சுப்பாங்க. அதுவரை அவங்களுக்கு தெரிய வேண்டாம். "

" சொல்ல மாட்டேன் திவ்யா. இனியாவது நீ சந்தோசமா இருக்கனும். நீயும் ஜீவாவும் கோவை வரும் போது நம்ம வீட்டுக்கு கண்டிப்பா வரணும். "

" என்மேல உனக்கு எதும் கோவம் இல்லையே பிரபா ? "

" கண்மணி இல்லாம போய் உன்னையே நினைச்சு காத்து இருக்கும் போது ஜீவா பத்தி சொல்லி இருந்தா அது வலியா கோபமா மாறி இருக்கும். இப்போ கண்மணி என் வாழ்க்கையில் இருக்கா, சொல்ல போனா நிறைய குற்ற உணர்வு மனசில், எல்லாம் தாண்டி எங்களுக்குள்ள இப்போ தான் ஒரு புரிதலே வந்து இருக்கு. நீ எதையும் தேவை இல்லாம யோசிக்காத திவ்யா என்னால உனக்கு எந்த பிரச்சனையும் கஷ்டமும் வராது."

" என்ன பிரபா இப்படி சொல்ற? என்னால தான் உனக்கும் கண்மணிக்கும் கஷ்டமும் கவலையும், வீட்டுக்கு போய்ட்டு கண்மணி கூட பேச வை. நானே அவங்ககிட்ட மன்னிப்பு கேட்டு, என்னால அவங்க வாழ்க்-

கையில் இனி என்னால எந்த கஷ்டமும் வராதுன்னு சொல்லனும். "

" சரி பசிக்குது எதாவது நல்லாதா சாப்பிட வாங்கி கொடு திவ்யா. "

திவ்யா உணவை வெளியே ஆர்டர் செய்ய, இருவரும் பொதுவாய் வீட்டை பற்றியும், ஜீவா பற்றியும் பேசிக்கொண்டனர். மாலை ஜீவா வரவும் பிரபா அவனிடம் அவனை அறிமுகம் செய்து கொள்ள, திவ்யாவை அவனின் கை அருகில் வைத்து கொண்டு இவனோடு பேசி இருந்தான்.

" தாங்க்ஸ் ஜீவா.. நீங்க பேச சொல்லாம போய் இருந்தா, திவ்யா நினைச்சு குற்ற உணர்வில் கஷ்டப்பட்டு இருப்பேன். இனி நிம்மதியா இருப்பேன். "

" உங்க ரெண்டு பேர் அன்பும் எனக்கு பிரமிப்பாவும் இருக்கு, அதே நேரம் பிடிச்சும் இருக்கு. சேர முடியாம போனாலும் ரெண்டு பேருக்கும் இன்னொருத்தர் மேல அக்கறையும் அன்பும் மாறவே இல்ல. சுய தேவைகளுக்கும், உணர்வுகளுக்கும் இடையில் உங்க காதல் எனக்கு ஆச்சரியம் தருது. தன்னோட இல்லாம போனாலும் சந்தோசமா இன்னொரு துணையோட வாழட்டும் நினைக்க பெரிய மனசு வேணும். அது உங்க ரெண்டு பேருக்கும் இருக்கு. திவ்யா காதலை பார்த்து தான் எனக்கு அவங்க மேல காதல் வர காரணம். இத்தனை அன்பும் அக்கறையும் உள்ள பொண்ணு நம்ம வாழ்க்கை துணையா வரணும் தான் எல்லா தடையும் தாண்டி இருக்கேன். "

" ரொம்ப சந்தோசம் ஜீவா, நீங்களும் திவ்யாவும் சந்தோசமா இருக்கணும். உங்க கல்யாணத்துக்கு என்னால வர முடியாது. ஆனா என்னோட வாழ்த்துக்கள் உங்க கூட இருக்கும். அப்புறம் நான் கிளம்பட்டுமா? "

" ஏன் பிரபா இருங்க, சாப்பிட்டு பொறுமையா ரெண்டு நாள் தங்கிட்டு போகலாம். "

" இல்ல ஜீவா, இன்னிக்கி ராத்திரி வந்துடுவேன் என் பொண்டாட்டி கிட்ட சொல்லிட்டு தான் வந்து இருக்கேன். அவ எனக்காக காத்து இருப்பா, நான் வரேன். வாய்ப்பு வரும் அப்போ சந்திப்போம். இப்போ பை " பிரபா கிகம்பவும் இருவரும் விடை கொடுத்து இருந்தனர்.

பிரபா சென்னையில் இருந்து கிளம்பி, அதே போல இரவு பதினொரு மணிக்கு அவனின் இல்லம் வந்திருந்தான். மெல்ல அறைக்குள் எட்டி பார்க்க, கண்மணி சோர்ந்து போய் படுத்து இருந்தாள். பொறுமையாய் அவன் வாங்கி வந்ததை எல்லாம் வைத்தவன். அவளின் அருகில் படுக்க, அவ்ளோ சட்டென விழித்து பிரபாவை பார்த்து அவனை அணைத்து கொண்டாள்.

" தொடாத டி, என்னவோ நேத்து வசனம் எல்லாம் பேசின இப்போ என்ன அணைச்சு ஆறுதல் தேடுற? எழுந்து போய் முதலில் முகம் எல்லாம் கழுவிட்டு வா. பேசலாம். "

கண்மணி முகம் கழுவி வந்து அமர, அவள் முன்னே அவளுக்கு பிடித்த உணவை எடுத்து வைத்து அவனே ஊட்டி விட்டான். சரியாய் சாப்பிடாத அவளுக்கு அவனை கண்டதும் எங்கிருந்து பசி வந்தது என்று அறியாதவள் அவன் கொடுத்த உணவு அனைத்தையும் உண்டு இருந்தாள். கை கழுவி, அவனையும் சுத்தம் செய்து, உடை மாற்றிக் கொண்டு வந்து அவள் அருகில் படுத்தவன் அவளை தன்னோடு அணைத்து கொண்டான்.

" என்ன எல்லாம் கேள்வி இருக்கு உனக்கு? கேளு "

" திவ்யா எங்க? அவங்க எப்படி இருக்காங்க? "

" அவ வருங்கால புருஷன் கூட சந்தோசமா இருக்கா " பிரபா அவன் கண்டதையும் அவளோடு பேசியதையும், ஜீவா பற்றியும், சொல்ல கண்மணி கலங்கி போய் இருந்தாள்.

" போதும் டி செல்லம் அழுதது. என் மனசில் இருந்த குற்ற உணர்வு

எல்லாம் ஓடி போய்டுச்சு. இப்போ நிம்மதியா இருக்கேன். நான் நேசிச்ச பொண்ணு கண்மணி அவ, அவளை சேர முடியாம எவ்ளோ அழுதேன் உனக்கு தெரியுமே? அவ பேசும் போது வர மாட்டேன் உக்கார சொல்றியா? இதுக்கு முன்னாடி
நமக்குள் எதாவது நடந்து இருந்தாலும் அது என் மனசில் எங்கேயாவது திவ்யா பத்தின கவலை இருந்து இருக்கும். இப்போ எந்த கவலையும், கஷ்டமும் இல்ல. "

" நம்ம நேசிச்ச ஒருத்தர் நமக்கு கிடைக்காம போனாலும் எங்கையாவது சந்தோசமா இருக்கட்டும் நினைக்கிறதும் அன்பு தான் கண்மணி. அந்த அன்பும் அக்கறையும் தான் எனக்கு அவ மேல இருந்ததே தவிர காதல் எல்லாம் கரைஞ்சு போய் பல மாசம் ஆச்சு. இப்போ அவ இன்னொருத்தன் மனைவி அவளை பத்தி பேசுறது தப்பு. அவ சந்தோசமா இருக்கனும் வேண்டுதலும், வாழ்த்தும் வைக்கிறது தான் சரி. "

" புரியுது மாமா.. ஆனா நேத்து நம்ம இருந்த நெருக்கத்திலும் நீ திவ்யா குரல் கேட்டதும் என்னை விட்டு போக தயாரானது எனக்குள் பயத்தை உண்டு பண்ணிடுச்சு. எனக்கு உன்னை தவிர யாரும் இல்ல மாமா.. "

" எனக்கும் உன்னை தவிர யாரும் இல்ல கண்மணி. இனி எந்த பயமும், கவலையும் வேண்டாம். நான் எப்பவும் உன்னோட தான் இருப்பேன். "

கண்மணி அவனை அணைத்து கொள்ள, அவளின் தலை வருடி கொண்டே தூங்கி இருந்தான். இருவரும் நிம்மதியாய் உறங்கி போய் இருந்தனர். காலையில், கட்டிலை விட்டு எழுந்தவள் எழ முடியாது பிரபாவை திரும்பி பார்க்க,

" ராத்திரி சோறு ஊட்டி, விளக்கம் சொல்லி, தூங்க வெச்சது எதுக்கு? இப்படி என்னை விட்டு ஓடவா? முதல் ராத்திரி, பகல் தான் வேணுமா? முதல் காலை வேண்டாமா? "

" அய்யோ மாமா காலையில போய்.. ஒன்னும் வேண்டாம். ராத்திரி

வரை சும்மா இருங்க.. "

" பார்த்தியா நெருங்கி வராதா அப்போ நெருங்கி வர வேலை செஞ்-சுட்டு, நெருங்கி வரும் போது காத்திருக்க சொல்ற இல்ல? சரி போ ராத்திரி எதுவும் சொல்ல கூடாது. "

" தாங்க்ஸ் மாமா.. "

இரவு அவளிடம் கண் காட்டி விட்டு அவன் அறைக்குள் முன்னே செல்ல, இவளும் அவன் பின்னே அறைக்குள் சென்று இருந்தாள். பிரபா அவளின் கை தொட, கண்மணி அவன் தோளில் சாய்ந்து இருந்-தாள். அன்றிரவு இருவரின் இடையில் இருந்த சங்கடங்கள் நீங்கி சந்-தோசம் குடியேற, இருவரும் இல்லறத்தில் இனிதே இணைந்திருந்தனர். அடுத்து வந்த வாரத்தில் திவ்யா கண்மணி உடன் பேச, கண்மணியின் மனதில் கவலைகள் முழுதாய் அகன்று இருந்தது. திவ்யாவின் திரும-ணமும் இனிதே நடைபெற்று இருக்க அவளும் ஜீவாவுடன் வாழ்வை தொடங்கி இருந்தாள்.

பிரபாகரன் மனைவியை வேலைக்கு போக சொல்லி ஊக்குவித்து அவளை வெப் டிசைனராக மாற்றி இருந்தான். அவளின் திறமையை அவளுக்கே வெளிக்காட்டி இருந்தான். நயமாக பேசி அவளோடு தனிக்-குடித்தனம் வந்தவன், அவனின் சொந்த உழைப்பை மட்டும் எடுத்-துக்கொண்டு சொத்தை வேண்டாம் என கூறி கையெழுத்து போட்டு கொடுத்து இருந்தான். அந்தஸ்த்தை மட்டுமே பார்ப்பவர்களுக்கு பணமே அனைத்தும் செய்யும் என தனியே வந்து விட்டான். அன்பு மட்டுமே இறுதி வரை நிலைக்க போகிறது என உணர்ந்த இருவரும் வாழ்வில் அன்பை மட்டும் சேர்க்க, அவர்களுக்கும் வாழ்வில் இன்பம் மட்டுமே சேர்ந்தது.

சுபம் ?

20

சரவணன் எப்படி சொல்வது என்று தெரியாது தலை குனிந்து யோசனையாக நீண்ட நேரம் அமர்ந்து இருக்க, பெருமூச்சு விட்ட ஹரி,

" கஷ்டமா இருக்குல்ல அப்புறம் எதுக்கு மறைக்கனும்? " ஹரி கேட்க,

" எல்லாம் தெரியும் சாரதி அண்ணா சொல்லிட்டார். என்ன செய்யனும் நாங்க அதை சொல்லு அண்ணா..." சந்தோஷ் சொல்ல,

" மறைச்சது தப்பு தான். நம்ம வீட்டு பொண்ணு இப்படி இருக்கான்னு அண்ணன் தம்பி நமக்குள்ள எப்படி பேச முடியும்? சங்கடம் தான் காரணம். "

" போ அண்ணா.. நம்ம வீட்டுல மட்டும் தான் அக்கா ரெண்டு பேருக்கும் இவளோ சுயநலம். அண்ணன், தம்பி மேல பாசம், நேசம் எதும் இல்ல. உன்னை நிக்க வெச்சே பேசி அனுப்பி இருக்காங்க அவ்ளோ தான் நமக்கு மரியாதை. இனி அச்சு அக்காவா இங்க வந்தா பார்க்கலாம் இல்ல? நம்ம அங்க போகவும் முடியாது, போனாலும் மரியாதை கிடைக்காது. " சந்தோஷ் குரலில் சலிப்பு அதிகமாய் தெரிய, சரவணன் அவன் தோள்களை தட்டி கொடுத்தான்.

" அவங்க மேல தப்பில்ல சந்தோஷ். எல்லா பொண்ணுக்கும் அப்பா தான் ராஜா, ஹீரோ எல்லாம், இங்க அப்பான்னு ஒருத்தர் இருக்காரே தவிர வேற எதும் இல்லையே? நமக்கு அம்மா இருந்தாங்க, பசங்க நம்ம மூணு பேருக்கும் கொஞ்சம் அதிகமா பாசம் கிடைக்கும். ஆனா

பொண்ணுங்க அவங்க எதையும் சொல்ல கேட்க அப்பாகிட்ட போக முடியுமா? எதோ பாதுகாப்பு இல்லாத தன்மை அவங்களுக்கு அண்ணன் ஒருத்தன் இருக்கான் நம்பிட்டு இருந்தாங்க. நான் ஆர்த்தி காதலை இல்லாம பண்ணதில் ஆர்த்திக்கு என் மேல முதலில் நம்பிக்கை போச்சு, இதோ அடுத்ததா அச்சுக்கு, தன் வாழ்க்கை என்னாகும் பயம் அவங்களுக்கு காலத்துக்கும் அன்புக்கும் அக்கறைக்கும் ஏங்கி நின்னுட கூடாதுன்னு செய்துட்டாங்க. "

" மத்த அண்ணன் கல்யாணத்துக்கு முன்னாடி தங்கச்சி இப்படி இருக்கான்னு தெரிஞ்சா அடிப்பான். எனக்கு அவளை அடிக்க கூட தோணல. ஏன்னா அவளுக்கான வாழ்க்கை இது, அவ உறவு அவளோட விருப்பம் கேட்க எனக்கு உரிமை இல்ல. பாதுகாப்பு தர தான் கடமை இருக்கு. இது வெளிநாடு இல்ல குழந்தை பெத்துட்டு கூட கல்யாணம் பண்ணிக்கலாம் இருக்க, அச்சுக்கு மரியாதை வேணும் இந்த சமூகம் அவளை தப்பா பேசிட கூடாது. அதுக்காக தான் இந்த போராட்டம். எப்படியும் இந்த பொம்பள பிள்ளைங்க புருஷன் குடும்பம் சொல்லி அண்ணன் தம்பி உறவை எல்லாம் பெருசா கொண்டாட முடியாது. கல்யாணம் பண்ணிட்டு நல்லவன் கூட சந்தோசமா இருக்கட்டும். ஆர்த்தி அச்சு ரெண்டு பேரும் ஏமாந்து போகல அது வரை எனக்கு பெரிய நிம்மதி."

" சரி தான்.. பசங்களுக்கு வேற கஷ்டம்.. பொண்ணுகளுக்கு வேற கஷ்டம்.. ஆனா தேடுறது எல்லாம் அன்பும் அக்கறையும் ஆதரவும் தான். அக்கா செஞ்சது சரியா தப்பான்னு எல்லாம் பேச வரல அண்ணா. அவ செய்ததை தன்மையா ஏன் பேசலன்னு தான் வருத்தம். உன்னை நம்பலன்னு சொல்லி, ஜடம் சொல்லி, வலிக்குது அது எங்களுக்கு.. நீ ஜடமா போனது எங்களுக்காக தானே? உனக்கும் ஆசாபாசம் இருக்கும் அவங்களுக்கு தோணல இல்ல? அதில் தான் பெரிய கவலை. " சந்தோஷ் கவலையுடன் கூற,

" அவங்களுக்கு வலி இருக்கு தான் அதுக்காக எதிரில் உள்ளவங்க மேல அந்த வலியை, வன்மத்தை கடத்த வேண்டாமே? நம்ம அண்ணன் நமக்காக தான் இப்படி போய்ட்டான் புரியல. விடு அண்ணா, நாங்க

ரெண்டு பேரும் உன்னோட இருப்போம். " ஹரி அண்ணனை தோளோடு சேர்த்து கூற, சரவணன் சிரித்து இருந்தான்.

" சிரிக்காத அண்ணா.. உண்மையா தான் சொல்றோம். " சந்தோஷ் கடுமையாய் கூற,

" சரி டா.. என் தம்பிங்க இருக்காங்க எனக்குன்னு சிரிச்சேன். அப்புறம் வீடு கட்டலாம் வாங்கி வெச்சு இருக்கிற இடத்தை விக்கனும் சந்தோஷ், உனக்கு எதும்...."

" நல்ல இடம் அண்ணா அதை போய் ஏன்? இப்போ கொடுத்தா நஷ்டம் நமக்கு தான். இன்னொரு முறை யோசி அண்ணா, கண்டிப்பா கொடுக்க தான் வேணுமா? "

" எனக்கும் தெரியுமே சந்தோஷ். ஆனா வேற வழியே இல்ல. எல்லாம் சேர்த்தா கையில் பதினெட்டு லட்சம் தான் இருக்கு இதை வெச்சு அச்சுக்கு நகை எடுக்கவே பத்தாது. அவங்க போடுற மாதிரி அச்சுக்கு சில துணி, பொருள் எல்லாம் வாங்கனும். அது போக கல்யாண செலவு எல்லாம் இருக்கே? வேண்டாம் சொன்னாலும் நம்ம செய்ய வேண்டியதை செய்யனும் இல்லையா? சபையில் வெச்சு தரும் போது அவளுக்கு மரியாதையா, அவங்களுக்கும் திருப்தியா இருக்கணும் இல்ல..? நான் உன் கல்யாணத்துக்கு முன்னாடி இதே ஏரியா உள்ள இடம் வாங்கிடுறேன் சந்தோஷ் கவலை வேண்டாம். "

" அண்ணா.. நான் இடத்துக்கு வெறும் ஐம்பது ஆயிரம் தான் கொடுத்தேன். உன் இடம் அது, உன் இஷ்டம் போல் செய். எனக்கு கவலை எல்லாம் நான் வேலையில் சேர்ந்ததும் உனக்கு கல்யாணம் பண்ணனும் சொந்த வீடு கட்டனும் தான். அண்ணி வந்தா இந்த வீடு பத்தாது இல்லையா? "

" என் கல்யாணம் அதை அப்புறம் பார்ப்போம்.. முதலில் அச்சு கல்யாணம் நல்லா முடியட்டும்."

அங்கும் இங்கும் ஓடி இடத்தை வித்து பணம் எடுத்து வந்தவன், அம்மாவை அழைத்து கொண்டு ஆர்த்தி இல்லத்திற்கு சென்று இருந்தான். வரவேற்ற குணா, ஆர்த்தியை அழைக்க, வந்தவள் சரவணனை கண்டு அமைதியாய் நின்று விட்டாள்.

" மாப்பிள்ளை அச்சுக்கு கல்யாணம் வெச்சு இருக்கோம். லவ் பண்ணிட்டா, ரொம்ப பெரிய இடம் முடியாதுன்னு சொல்ல முடியாத நிலை அதான் சம்மதம் சொல்லிட்டேன். "

" தெரியும் மச்சான். எனக்கும் உங்க தங்கச்சிக்கு மட்டும் எல்லாமே தெரியும் சாரதி மாமா சொன்னாரு, உங்க நிலைமை புரியுது. சின்ன பொண்ணு விவரம் இல்லாம இருந்துட்டா, அதை யோசிக்க வேண்டாம். கல்யாணம் நல்லபடி நடக்கட்டும்.."

" ரொம்ப தயக்கமா வந்தேன். நன்றி மாப்பிள்ளை.. எதையும் மனசில் வைக்காம கல்யாணத்தில் கலந்துக்க நீங்க வரணும். அப்புறம் இந்த பணத்தை வெச்சு இருக்க முடியுமா? கல்யாண செலவுக்கான பணம் பத்திரப்படுத்த இடமும் நம்பிக்கையான ஆளும் வேணும் தான் உங்ககிட்ட வந்தேன். நானே வந்து வாங்கிக்கிறேன் உங்க கையில் வெச்சுருங்க. "

" கண்டிப்பா வெச்சு இருக்கேன் மச்சான். நீங்க சாரதி மாமாகிட்ட கூட கொடுத்து இருக்கலாமே?!"

" ரெண்டு பேரும் வேலைக்கு போறாங்க இல்லையா அதான்.. " சரவணன் சொல்லிவிட்டு பணத்தை கொடுக்க, குணா வாங்கி அவர்களின் அறைக்குள் பத்திரப்படுத்தி இருந்தான். ஆர்த்தி காஃபி தர எடுத்து கொண்டவன், குணாவிடம் விடைபெற்று கிளம்பி இருந்தான். "

சரவணன் கிளம்பவும் ஆர்த்தி கண் கலங்க,

" நல்ல மனுஷன் அவரை கலங்க வெச்சுட்டு எதுக்கு அழுகை இப்போ? பேசாம போய்ட்டாருன்னு அழ மட்டும் தெரியுது. உறவே இல்லன்னு சொன்னது நீ தான் தெரியல இல்ல? அழாத ஆர்த்தி இப்போ

நீ ரெண்டு உயிர். எங்க போவாரு தாய்மாமனை விட்டுருவோமா? "

" அண்ணா கொடுத்த காசு நமக்கு, கல்யாண செலவில் தலை பிரசவம், வளைகாப்புக்கு காசு இல்லாம போய்டும்னு முன்னெச்சரிக்கையா காசை உங்க கையில் கொடுத்துட்டு போய்ட்டார். "

" என்ன ஆர்த்தி சொல்ற? "

" அம்மா கிச்சன் உள்ள வந்து பேசிட்டு இருக்கும் போது சொன்னாங்க. ஏற்கனவே அர்ச்சனா கொடுத்த செலவே அதிகம், இதில் எனக்காகவும் வேற பணம் ஒதுக்கி, நான் எவ்ளோ தப்பா இருந்து இருக்கேன் நினைக்கும் போது கஷ்டமா இருக்கு.. "

" விடு நாளைக்கு நேரில் போய் நான் பேசி கொடுத்துட்டு வரேன்."

" எங்க அண்ணன் வாங்க மாட்டான். விடுங்க பார்த்துப்போம். "

மெல்ல துவங்கி, சபரீஷ் அன்னையிடம் கேட்டு கேட்டு சரவணன் அவரின் ஒப்புதல் பெற்று ஏற்பாடு அனைத்தையும் செய்து இருந்தான். முகம் கொடுத்து பேசாத சபரீஷின் பெற்றோர்கள், கல்யாண ஏற்பாட்டில் பணத்தை அள்ளி தெளித்து அவர்களின் அந்தஸ்த்தை புரிய வைத்து இருந்தார். அர்ச்சனா எதுவும் செய்ய முடியாது அமைதியாகி இருந்தாள். எப்படியோ நெருங்கிய சொந்தங்களை மட்டும் அழைத்து கொண்டு மண்டபம் வந்து சேர்ந்து இருந்தனர்.

சந்தோஷ், ஹரி இருவருக்கும் சரவணனை அவர்கள் நடத்தும் விதமே பிடிக்கவில்லை. இவர்கள் இருவரையும் பந்தி பார்த்து பரிமாற மட்டும் சொல்லி இருந்தவன், மற்ற வேலைகளை அவன் தலையில் போட்டு கொண்டான். திருமணத்தின் முந்தய நாள் மாலை நிச்சயம் நடக்க, மோதிரம் சபரீஷ் வீட்டில் வாங்கி இருக்க, நிச்சயம் நடந்து முடிந்தது. சபையில் சீர் செய்ய சொல்லி சரவணனை அழைக்க, சரவணன் குணா - ஆர்த்தி இருவரின் கையால் கொடுக்க சொன்னான். தட்டு நிறைய தங்க ஆபரணங்கள், பணம், மாப்பிள்ளை பெண் இருவருக்கும் உடை,

மணமகனுக்கு என்று மோதிரம், கழுத்து செயின் என்று சீர் செய்து இருந்தான். சபரீஷின் அன்னைக்கு திருப்தி.

அடுத்த நாள் திருமணத்திற்கு ஊரின் பெரும் பணக்காரர்கள் எல்லாம் வந்திருந்தனர். சந்தோஷ் ஹரிக்கு அடுத்தவர் வீட்டு திருமணம் போல உணர்வு வந்தது இருந்தும் அண்ணனின் உழைப்பும், அக்காவின் வாழ்வும் முக்கியமாக தெரிய, எதையும் மனதிற்கும் கொண்டு செல்லாது சிரித்த முகத்துடன் பரிமாறி இருந்தனர். அர்ச்சனா கழுத்தில் சபரீஷ் தாலி கட்டிய நிமிடம் சரவணன் கடவுளுக்கு நன்றி கூறி கொண்டான்.

மறுவீடு அனுப்ப முடியாது என்று சபரீஷின் தாய் கூறி இருந்ததால் மண்டபத்திலேயே மகளுக்கு அறிவுரை கூறி, அவள் எடுத்து செல்ல வேண்டிய உடமைகளை சரி பார்த்து, அவளை அவர்களோடு அனுப்பி வைத்து இருந்தனர். சரவணன் திருமணம் முடிந்த நான்காம் நாள் தங்கையை காண வந்து இருந்தான். சபரீஷின் தாய் தான் வரவேற்று அமர சொன்னார். அவனோ அமராது,

" அச்சுவை ஒரு முறை பார்க்கனும் மா, அவளுக்காக அவ பிரெண்ட்ஸ், சொந்தம் எல்லாம் கிஃப்ட் கொடுத்து இருக்காங்க. அதை அவ கையில் கொடுத்துட்டு போய்டறேன். "

" அதுக்கு ஏன் இத்தனை தயக்கம்? நான் கூட என்ன செய்வேன் யோசிச்சேன். சபையில் எங்க மானத்தை காப்பாத்தி கொடுத்துட்ட, நான் யோசிச்சதை விட அதிகம் தான் நீ செஞ்சது. இரு தங்கச்சியை பார்த்திட்டு சாப்பிட்டு போலாம்."

" ரொம்ப நன்றிங்க மா.. சாப்பாடு இன்னொரு நாள் வந்து சாப்பிடுறேன். அச்சுவை மட்டும் இப்போ பார்த்துட்டு போறேன். வேலை இருக்குமா அதான் தப்பா நினைக்க வேண்டாம். "

" சரி பார்த்துட்டு போ.. நான் வெளிய போறேன். சபரீஷ் இருக்கான்.. " சொல்லிவிட்டு அவர் சென்று விட, சபரியும் அச்சுவும் வர, சரவணன் இருவரின் கையிலும் அவர்களுக்கு வந்த கல்யாண பரிசை கொடுத்து,

நலம் விசாரித்து இருந்தான். அழுது மன்னிப்பு கேட்ட தங்கையை சமாதானம் செய்தவன், இனி நிதானமாக யோசித்து எந்த முடிவையும் எடுக்க வேண்டும் என கூறினான். வேலைக்கு நேரமாகி இருக்க தங்கையிடம் விடைபெற்று அலுவலகம் விரைந்தவன் லிஃப்ட் எடுக்க, அவன் பின்னே காயத்திரி நிறை மாத வயிற்றோடு வர, அவளுக்காக வழி விட்டு நின்றான்.

" தங்கச்சி கல்யாணம் நல்லபடி நடத்துச்சா? " காயத்திரி கேட்கவும் சட்டென அவளை பார்த்தவன் நெஞ்சு படபடக்க,

" ஆ.. நல்லபடி முடிஞ்சுது."

" உனக்கு எப்போ சரோ கல்யாணம்? "

"... "

" சீக்கிரம் பண்ணிக்கோ பண்ணா தான் என்னை மறக்க முடியும். இல்ல இனியும் தினம் ஆபீஸில் ஒன்னும் இல்லாதது போல நடிக்கனும். நான் வேணும் உன் கண் முன்னாடி நிக்கல.. ஒரு புராஜக்ட் உள்ள மாட்டிக்கிட்டேன். முடிஞ்சா தான் வெளிய போக முடியும். பிரான்சு மாற முடியும். எனக்கு தெரியாம நான் எதும் உன்னை காயப்படுத்தி இருந்தா சாரி. "

" அப்படி எல்லாம் என் மனசில் எதும் இல்ல. நீங்களா எதும் யோசிக்காதீங்க. இந்த மாதிரி நேரத்தில் ஏமோஷனாக கூடாது. "

" இன்னும் மறைக்கிற இல்ல.. பத்திரமா இரு."

21

ரஞ்சித் கார்த்திக் மீது கால் போட்டு படுத்து இருக்க, கார்த்திக் தலையணை அணைத்து ஆழ்ந்த நித்திரையில் மூழ்கி இருக்க, ரஞ்சித் அலைபேசி அலறி நின்ற அடுத்த சில நொடியில் கார்த்திக்கின் அலைபேசி அலற இருவரும் மெல்ல அசைந்து இருந்தனர். கார்த்திக் மொபைலை பார்த்து சலித்து கொண்டு எழ, மேல கிடந்த ரஞ்சித்தின் காலை தள்ளி விட்டான்.

" ஏன் மச்சான் ஃபோன் பண்ண உங்களுக்கு வேற நேரமே இல்லையா? "

" ஏன் மாப்பிள்ளை கொஞ்சமாச்சும் உங்களுக்கு பொறுப்பு இருக்கா? "

" அப்படி பொறுப்பா என்ன சொல்ல கூப்பிட்டீங்க நீங்க? சொல்லுங்க பார்ப்போம்."

" அது ஒரு யோசனை அதை செய்யலாமா? வேண்டாமான்னு? கேட்க கூப்பிட்டேன். "

" ம்ம்.. சொல்லுங்க "

" அது உங்களுக்கும் நவிக்கும் நிச்சயம் பண்ற அன்னிக்கு, உங்க

அண்ணாக்கும் விவேகாவுக்கும் ஏன் நிச்சயம் பண்ண கூடாது? "

" என்ன சொல்றீங்கன்னு புரியுதா உங்களுக்கு? இது விபரீத எண்ணம்."

" புரியாம என்ன? உங்க சித்தியும் சித்தாப்பாவும் தானே இப்போ உங்களுக்கு எல்லாம்? அவங்க குடும்பம் தானே எல்லாத்தையும் எடுத்து செய்யனும்? அவங்க கூட விவேகா அப்பாவை பேச வையுங்க. பெரியவங்க முடிவு பண்ணா இவர் என்ன வேண்டாம் சொல்றது? யாரும் இதை தப்பு சொல்ல மாட்டாங்க. சண்டை போடுவார் தான் ஆனா, நம்ம எல்லாம் இருக்கோம் இல்ல பேசி வழிக்கு கொண்டு வந்திருவோம்.."

" நான் இதை பத்தி யோசிக்கணும் மச்சான்."

" யோசிக்க நேரம் இல்ல கார்த்திக், ரெண்டு மணி நேரம் டைம் தரேன். உங்க சித்தி, சித்தப்பா ரெண்டு பேரையும், விவேகா அப்பாவையும் அவங்க வீட்டில் முக்கியமான யாரும் இருந்தா கூப்பிட்டு நம்ம ஃபிளாட் பக்கத்தில் இருக்கிற செல்வ விநாயகர் கோவில் வந்துருங்க. "

லோகேஷ் சொல்லிவிட்டு வைக்க, கார்த்திக் தூக்கம் கலைந்து ரஞ்சித்தை எழுப்பி அமர வைத்து விஷயத்தை சொல்லி இருந்தான். ரஞ்சித் அலைபேசியில் அழைத்து லோகேஷை புகழ்ந்து, முத்தம் எல்லாம் வைத்து இருந்தான். மெல்ல சித்தி, சித்தப்பாவிடம் விஷயத்தை சொல்ல, ரேவதி தான் வீட்டில் இருந்து மீதத்தை பார்த்து கொள்வதாக கூறி அவர்களை கோவிலுக்கு கிளம்ப செய்து இருந்தாள். ரஞ்சித் தான் திருடன் போல விவேகா முன் எதையும் பேச முடியாது அவளை சமையல் ஆர்டரை பார்க்க சொல்லி வெளியே அனுப்பி விட்டு, அவளின் அப்பாவிடம் விஷயத்தை சொல்லி இருந்தான். அவரோ கண்ணீர் விட்டு சம்மதம் என்று சொல்ல, அனைவரும் காரில் ஏறி கோவில் சென்று இருந்தனர்.

லோகேஷ், நவி இருவரின் தாயான கலா தான் பேச்சை ஆரம்பித்து வைத்தார். பெரியவர்கள் பேசிக்கொள்ள, லோகேஷ் கார்த்திக் ரஞ்சித்

மூவரும் அமைதியாய் அமர்ந்து அவர்களின் பேச்சை கவனித்து கொண்டு இருந்தனர். இறுதியாய் நல்ல முடிவாய் எடுத்து இருந்தவர்கள் நிறைவாய் கடவுளை தரிசித்து இல்லம் வந்திருந்தனர்.

சாப்பாடு ஆர்டரை சரி பார்க்க சென்றவள் திரும்பி வரும் வழியில் டயர் பழுதாக, வண்டியை ஓரமாக நிறுத்திவிட்டு ஆட்டோ பிடிக்க வேண்டி நின்று இருந்தாள். அஷ்வின் மகனை கிண்டர் கார்டனில் இருந்து அழைத்து கொண்டு வர, பரத் வழியெங்கும் வேடிக்கை பார்த்-துக்கொண்டு வந்தவன் சிவானியை கண்டதும் காரை நிறுத்த சொன்-னான்.

" எதுக்கு பரத் காரை நிறுத்தனும்?"

" அப்பா நம்ம வீட்டுக்கு வந்த சிவானி ரோட்டில் நிக்கிறா "

" என்ன.. " காரை அவசரமாக ஓரம் கட்டி நிறுத்தியவன் கண்ணாடி வழியே பார்க்க, விவேகா மகளோடு நின்று இருந்தாள். மெல்ல மகனோடு அவள் அருகில் சென்றவன்,

" என்னாச்சு? ஏன் இங்க நிக்கிற? "

" வண்டி பஞ்சர். ஆட்டோ பிடிக்க நிக்கிறேன். நாங்க வந்துருவோம் நீங்க கிளம்புங்க. "

" இது லஞ்ச் டைம் இந்த பக்கத்தில் அதிகம் ஆட்டோ வராது. வண்-டியை ஓரமா லாக் பண்ணிட்டு வா, உன் பொண்ணோட எவ்ளோ நேரம் இந்த வெயிலில் நிப்ப? எனக்கு தெரிஞ்ச மெக்கானிக் பையனுக்கு கூப்-பிட்டு சொல்லி சரி பண்ணி எடுத்துட்டு வர சொல்றேன். "

" வா சிவா " என்று பரத் அவளை கைப்பிடித்து அழைக்க, சிவா அவனோடு கார் அருகில் சென்று இருந்தாள். விவேகா ரஞ்சித்தை சபித்து கொண்டே அஷ்வின் காரில் ஏறி இருந்தாள். சிவா அருகில் தான் அமர்ந்து கொள்வேன் என பரத் பின் இருக்கை எடுத்து இருக்க,

சிவாவை அவளின் மடியில் வைத்து கொண்டு பின்னே ஏறி அமர்ந்து கொண்டாள். இல்லம் வந்ததும் தூக்க சொல்லி கேட்ட மகனை தூக்கி கொள்ள, சிவாவும் ஏக்கமாக அவனிடம் கை நீட்டி நின்றாள். விவேகா வேண்டாமென்று தடுக்க, சிவா அடம் பிடித்து அழ, அஷ்வின் சிவா-வையும் தூக்கி கொண்டான். குழந்தைகள் இருவரின் முகத்திலும் சிரிப்பு வர, அஷ்வின் இருவரையும் தூக்கி கொண்டு படியேற மூன்றாம் படி-யில் சற்று நிலை தடுமாற, விவேகா அவனை தாங்கி கொண்டாள்.

" பார்த்து.. கவனம்.."

" சாரி.. சாரி " அஷ்வின் கூறி விட்டு சிவாவை இறக்கி விட மழலை மாறாது நன்றி சொன்னவள், அவன் கன்னத்தில் முத்தம் வைத்து புன்-னகையுடன் தாயிடம் ஓடி இருந்தாள். அவனிடம் இருந்து இறங்கிய பரத், சிவாவை போலவே விவேகா கன்னத்தில் முத்தம் கொடுத்து விட்டு சிவாவை பார்த்து சிரிக்க, இருவரும் ஒன்றாய் சிபியை தேடி சென்று இருந்தனர்.

அஷ்வின் அவனின் கால்களை தடவி கொடுக்க, விவேகா கண்ணீ-ரோடு அவன் எதிரில் நின்று இருக்க, அவளின் விசும்பல் ஒலி கேட்க-வும் அவசரமாய் அறைக்குள் சென்று இருந்தான். ரேவதி இருவரையும் பார்த்து விட்டு கார்த்திக் எடுத்த முடிவு சரியென்று மனதில் கூறிக்-கொண்டாள்.

இரவு உணவு முடித்து, மகனை சீக்கிரம் உறங்க வைத்தவன், அவனின் செயற்கை காலை கழட்டி விட்டு அவனின் காலை தடவி கொண்டான். பழக்கம் இல்லாது இருவரையும் தூக்கியதும் கனம் தாங்காது முட்டிக்கு கீழ அழுத்தம் கொடுக்க, வலிக்க தொடங்கி இருந்தது. தினம் தடவும் மருந்தை தடவியவன், மெல்ல கட்டிலில் சரிந்திருந்தான். விவேகா அவன் மீது அக்கறை கொண்டு "பார்த்து" என்று கூறியதும், அவன் கால் வலியில் அமர்ந்த போது அவள் கலங்கி நின்றதும், ஏனோ அவனுக்கு வலித்திருந்தது.

மெல்ல கண்மூடி உறங்க முயன்றவன், அறை கதவு தட்டும் சத்தம்

கேட்டு உள்ளே வர சொல்லி குரல் கொடுத்தான். அறைக்குள் அவனின் சித்தி சித்தப்பா இருவரும் வர, எழுந்து அமர்ந்தான்.

" ரெண்டு பேரும் உக்காருங்க, என்ன விஷயம் சித்தப்பா? நீங்க சொன்ன வேலை எல்லாம் செய்துட்டேன். வேற எதும் வேலை இருக்கா? செய்யனுமா? "

" இல்லப்பா உன்கிட்ட ஒரு விஷயம் சொல்லனும். அது உன்னை கேட்காம சித்தப்பா ஒரு முடிவு எடுத்து இருக்கேன். நீ அதை மறுக்க கூடாது. "

" சித்தப்பா என்ன சொல்றீங்க? என்ன முடிவு? "

" உனக்கு பொண்ணு பார்த்து நிச்சயம் ஏற்பாடு செய்து இருக்கேன். நாளைக்கு உனக்கும் அந்த பொண்ணுக்கும் நிச்சயம்."

" ஏன் யாரும் என் மனசை புரிஞ்சுக்காம பேசுறீங்க? எனக்கும் மனசுன்னு ஒன்னு இருக்கு தானே?"

" பொண்ணு விவேகா தான் அஷ்வின் அந்த பொண்ணோட அப்பாவும் அவளோட பேசிட்டு இருக்காரு, உனக்கும் பரத்துக்கும் நல்ல துணையா இருப்பா அஷ்வின்."

" அய்யோ சித்தப்பா.. சித்தி பரத்தை தூக்கிட்டு வெளிய போங்க.. எனக்கு சித்தப்பா கூட தனியா பேசனும்." அஷ்வின் சொன்னதை கேட்டு அவரோ சிறுவனை தூக்கி கொண்டு வெளியே செல்ல,

" ஏன் சித்தப்பா கல்யாணம் சொன்னா கல்யாணம் மட்டும் தானா? துணையா இருப்பா சரி என் சுமையை தாங்குவாளா? என்னால சாதாரண ஆம்பளையா இருக்க முடியாது. இதோ சட்டுன்னு எழுந்து கதவை கூட என்னால திறக்க முடியாது. தினம் காலையில் இந்த செயற்கை கால் மாட்டுற வரை என்னால நடமாட முடியாது. இன்னிக்கி அவ பொண்ணை தூக்கி கொஞ்சம் கால் வலி அதுக்கே அவ அழுதா,

காலம் முழுக்க எப்படி இதை தாங்குவா? "

"அவகிட்ட எந்த குறையும் இல்ல. என் பையனுக்கு ஒரு நல்ல திடமான அம்மாவா இருப்பா, இதோ என்கிட்ட இவளோ பெரிய குறை இருக்கே? அந்த பிஞ்சு குழந்தைக்கு நொண்டி அப்பன் எதுக்கு? என்னால பரத்தையே பார்த்துக்க முடியல. இதுல எனக்கு கல்யாணம் தேவையா? எந்த பொண்ணுக்கும் என்னை போல ஒரு சுமை புருஷனா வேண்டாம். கொஞ்ச நாளில் பரத்தை நல்ல கான்வென்ட் பார்த்து சேர்த்து விட்டா அவன் நல்லா வளர்வான். பிளீஸ் வேண்டாம் சித்தப்பா, நம்ம வீட்டு பொண்ணுக்கு இப்படி ஒரு நொண்டியை பார்ப்போமா? மாட்டோம் தானே? அவளுக்கு என்ன குறை? முடிஞ்சா அவளுக்கு நல்ல பையனா பாருங்க. அவ அப்பாக்கு அப்புறம் அவ துணை இல்லாம தனியா இருப்பா, குழந்தை மனசு அவளுக்கு பக்குவமே இல்லாத சின்ன பொண்ணு, பிளீஸ் வற்புறுத்தி எதையும் செய்யாதீங்க."

கதவின் வெளியே ரஞ்சித், கார்த்திக் இருவரின் கை பிடித்து நின்று இருந்தவள் அழ, கார்த்திக், ரஞ்சித் இருவரும் கூட அழுது இருந்தனர்.

" உன்னை வற்புறுத்தி எதையும் செய்ய முடியுமா அஷ்வின்? உன்னை மட்டுமே ஏன் யோசிக்கிற? உன் மகனை பத்தி யோசி, அம்மா இல்லாம ஏங்குற பையனை கான்வென்ட் கொண்டு போய் விட போறேன் சொல்றியே இது சரியா? அப்பன் உன் பாசமும் இல்லாம அந்த பிஞ்சு என்னாகும் சொல்லு? "

" என் பிள்ளையா பிறந்தது அவன் பண்ண பாவம், நல்ல அப்பாவா இல்லாம அவனுக்கு நான் பண்றது பெரிய பாவம். எங்க பாவத்தை நாங்க தானே சுமக்கனும். எதையும் பேசாதீங்க சித்தப்பா போதும். என் காதல் தான் இல்லாம போய் என் வாழ்க்கை எப்படி எப்படியோ போய்டுச்சு. கார்த்திக் நிச்சயம் நாளைக்கு, அவன் காதலியோட அவனாவது சந்தோசமா இருக்கட்டும். எனக்காக ஓடி ஓடி பழி எல்லாத்தையும் அவன் தலையில் வாங்கிட்டு, அப்பாவும் அம்மாவும் சாகிற வரை அவனோட பேசாம போயும் எனக்காக இன்னும் யோசிக்கிற ஒரே உயிர் அவன் தான். எதையும் செஞ்சு அவனோட நிச்சயதார்த்தில் குழப்-

பம் பண்ணிடாதீங்க கெஞ்சி கேட்டுக்குறேன். " அஷ்வின் கையெடுத்து கும்பிட, அவனின் சித்தப்பா சரியென தலையாட்டி அறையை விட்டு வெளியே செல்ல,

" பரத்தை என்கிட்ட படுக்க வைக்க சொல்லி சித்திகிட்ட சொல்லுங்க சித்தப்பா, காலையில என்னை தேடி அழுவான் என்னால உடனே ஓடி வர முடியாது. அப்புறம் சித்தப்பா எதும் அதிகமா பேசி இருந்தா சாரி." அதற்கும் அவர் எதுவும் பேசாது வெளியே செல்ல, அடுத்த ஐந்து நிமிடத்தில் பரத்தை அவனருகில் படுக்க வைத்து விட்டு அவனின் சித்தியும் கதவடைத்து சென்று இருந்தார்.

22

பார்கவி காலை சமையலில் இருக்க, ஆத்வி வேலைக்கு கிளம்பி கொண்டு இருந்தாள். சிவா இல்லம் வந்திருந்தான். ஆத்வி அவனை வரவேற்று அமர சொல்ல, பார்கவியை அழைக்க சொன்னான்.

" அத்தை கல்யாணத்தை நிறுத்திடலாம். இது சரி வராது."

" ஏன் மாப்பிள்ளை இப்படி சட்டுன்னு சொல்றீங்க? என்னாச்சு?"

" இல்லை.. யாரும் இல்லாத எனக்கு துணை வேணும் தான் கல்யாணம் பண்ண நினைச்சேன். ஆத்வி கூட நீங்களும் எங்க கூட இருக்கனும் ஆசைப்பட்டேன். ஆத்வி எண்ணம் சரியானதா இருக்கவும் அவ சொன்னதை கேட்டு இவளோ நாளும் எல்லாம் செய்தேன். காத்து இருந்து சோர்ந்து போய்ட்டேன் அத்தை சித்தி, அத்தை எல்லாம் கேள்வி கேட்கிறாங்க. அக்காக்கு என்னை பார்த்து கிண்டல், தேவையா எனக்கு இதெல்லாம்? ஆத்வி உங்க பொண்ணு உங்க கல்யாணத்துக்கு காத்து இருக்கலாம். நான் ஏன் காத்து இருக்கனும்? காத்து இருந்தும் எனக்கு எதும் நடக்கல.. எனக்கு இந்த கல்யாணத்தில் விருப்பம் இல்ல. நிறுத்திடுங்க. இனிமேல் என்னோட பேச வேண்டாம் ஆத்வி. நான் வரேன்." சிவா ஆத்வியின் முகம் கூட பார்க்காது எழுந்து சென்று விட, ஆத்வி அவள் அறையில் சென்று அமர்ந்து விட்டாள்.

அலைபேசியில் அவனுக்கு அழைக்க, அழைப்பு சென்றாலும் அவன்

ஏற்கவில்லை. சில மாதமே என்றாலும் அவனை நேசிக்க தொடங்கி இருந்த மனம் வலிக்க கண்ணீர் வந்து இருந்தது. ஆத்வி பள்ளிக்கு விடுமுறை சொல்ல முடியாத நிலையில் கிளம்பி பள்ளிக்கு சென்று இருந்தாள். அவளின் வேலைகள் ஒரு பக்கம் நடந்தாலும், மனம் சிவனேஷ் உடன் பேச வேண்டும் என்றே நின்றது.

ஆத்வி வேலைக்கு சென்ற நேரத்தில் வந்தான் விஷால். முதலில் யாரென்று யோசித்து பின் பார்கவி அவனை நினைவில் கொண்டு வர, அவனை உள்ளே வர சொல்லி வரவேற்று அமர சொன்னார்.

" நல்லா இருக்கீங்களா அம்மா? ஆத்வி வீட்டில் இருக்காளா? இல்ல வேலைக்கு போய்ட்டாளா? "

" நான் நல்லா இருக்கேன் பா, ஆத்வி வேலைக்கு போய்ட்டா, எதுவும் அவகிட்ட முக்கியமா பேசனுமா? "

" சிவா காலையில் ஃபோன் பண்ணி கல்யாணம் வேண்டாம் சொன்னார். அப்பா அவரால் தான் கல்யாணம் நின்னுடுச்சு சொல்லி கலங்கி போய் இருக்கார். அதான் எதும் அடுத்து பேசினாரா இல்லையான்னு தெரிஞ்சுக்க வந்தேன்."

" அவரால் எந்த சங்கடமும் இல்ல பா, இது அவளா தேடிகிட்டது. அவ தான் கண்டிசன் எல்லாம் போட்டா, அவளே அதில் பிடிவாதமா நிக்கிறா, அவ கல்யாணத்தை அவளே தடுத்திட்டு இருக்கா, அவளே தான் சரி செய்யனும். "

" என்ன மா இப்படி நீங்க எதுக்கும் பொறுப்பு இல்லன்னு பேசறீங்க? அவ கல்யாணம் முக்கியம் இருந்த நீங்க இப்படி பேசலாமா? "

" அவளுக்கு தான்பா எல்லாம் தெரியும். பெத்த அம்மாக்கு கல்யாணம் பண்ண, பெத்த அப்பன் செத்ததை மறைக்க, எனக்கு கல்யாணம் பண்ணிட்டு தான் பண்ணுவேன் அடம் பிடிக்க, என் காதலை தேடி என்னை சேர்த்து வைக்க இப்படி பெரிய பெரிய வேலை எல்லாம்

மேடம் செய்வாங்க. அவங்களுக்கு அவங்க கல்யாணத்தை செய்ய தெரியாதா?அதெல்லாம் ஏற்பாடு பண்ணிட்டு கூப்பிடுவாங்க. யாருக்கு தெரியும் இதுவும் கூட ரெண்டு பேரும் என்னை அசைக்க போட்ட திட்டமா கூட இருக்கும்."

" திட்டமாவே இருந்தாலும் அவ செய்யுறது யாருக்காக? ஏன் மா அப்பா மேல உங்களுக்கு எதும் கோவமா? இல்ல வருத்தமா? அப்பாவை எனக்கு தெரிஞ்ச நாளில் இருந்து சந்தோசமா பார்த்ததே இல்ல. அதிகம் யாரை பத்தியும் பேசாதவர் உங்களை பத்தி அதிகமா பேசுறார். யாருக்காக இப்படி தயங்கி யோசிக்கறீங்க? உங்களுக்கு ஒரு கஷ்டம் வந்தப்ப தோள் கொடுக்காத சொந்தமா, ஊரை விட்டு வேற ஊர் வந்து ஒரு பெண் குழந்தையை பயந்து வளர்த்தி இருந்தாலும் அவளை இப்படி தைரியமா அம்மாவையே எதிர்த்து நிக்கிற பொண்ணா வளர்த்த நீங்களா? கண்டிப்பா உங்க மனசில் வேற எதோ இருக்கு. "

" ஆமா விஷால்.. ஓடி ஓடி சலிப்பா இருக்கு. நான் துணை வேணும் நின்ன அப்போ எல்லாம் எனக்கு துணை கிடைக்கவே இல்ல. நான் நினைச்சு இருந்தா எதாவது ஒரு வழியில் எனக்காக ஒரு ஆம்பளையை தேடி இருப்பேன் தானே? ஏன் தேடல? எனக்கு தேவை இல்ல. அப்புறம் உங்க அப்பா அவர் மேல எனக்கு வெறுப்பும் இல்ல, விருப்பமும் இல்ல. காலம் கடந்து கிடைக்கிற காதலை வெச்சுகிட்டு நான் என்ன செய்வேன்? இப்போ கல்யாணம் பண்ணாலும் இழந்ததை நினைச்சு மனசு ஏங்கி போகாதா? இல்லாம போனாலும் பரவாயில்லை இருந்தும் வாழ முடியாத வலி கொடுமை இல்லையா? உங்க யாருக்கும் நான் இழந்ததை திருப்பி தர சக்தி கிடையாது. நான் இழந்த எதையும் என் பொண்ணு இழக்க கூடாதுன்னு தான் அவளுக்கு நல்ல துணையை தேடினேன். அவளே அதில் மண் அள்ளி போட்டா நான் என்ன செய்வேன்? சொல்லு "

" புரியுது மா. உங்க வலி பெருசு தான். இழந்ததை பத்தியே யோசிக்கிற நீங்க இனி வர காலத்தை பத்தி யோசிங்க. உங்களுக்காக யோசிக்கிற எங்களை பத்தி யோசிங்க. உங்க பொண்ணுக்கு நல்ல துணை வேணும், அவ எதையும் இழக்க கூடாது சொல்ற நீங்க தான் அவ கல்யாணம்

நடக்க, உங்க கல்யாணத்துக்கு சம்மதம் சொல்ல மாட்டேன் இருக்கீங்க. காரணம் உங்க உணர்வு உங்களுக்கு பெருசா போய்டுச்சு. "

" சொந்தம் இருந்தும், உடன் பிறப்பு இருந்தும் அதை சொந்தம் கொண்டாட முடியாத அனாதையா சிவனேஷ், அம்மா அப்பா இல்லாம தனியா வளர்ந்த யாஷினி, அப்பா பாசமே இல்லாம வளர்ந்த ஆத்விகா, அம்மா கிடைச்சும் அது கடைசி வர இல்லாம போய் தாய் பாசம் உணராத நான், எல்லாரும் கேட்கிறது ஒன்னை தான். எங்களுக்கு அம்மாவா வாங்கன்னு மட்டும் தான். நீங்க சரின்னு சொன்னா எங்களுக்கு நாங்க இழந்தது கிடைக்கும். இழந்த உங்களுக்கு தெரியும் இழப்பு எவ்ளோ பெருசுன்னு, அதை யாராலும் தர முடியாதுன்னு "

" இப்போ நீங்க மனசு வெச்சா நாங்க இழந்த எல்லாத்தையும் தர முடியும். ஏன்னா நான் இழந்தது அன்பை, கேட்கிறதும் அதை தான். யோசிங்க மா, நீங்க சம்மதம் சொன்னா எல்லாம் சீராகும். முக்கியமா என் தங்கச்சி வாழ்க்கை சீராகும். அன்பை தவிர எந்த பிரதிபலனும் யோசிக்காத சிவாக்காகவாது யோசிங்க. நான் வரேன். "

மாலை ஆத்விகா வரும் போது முகத்தில் அத்தனை சோகம், சோர்ந்து கட்டிலில் விழந்தவளுக்கு அழுகை அழையா விருந்தாளியாக வர, வாய் விட்டு அழுது இருந்தாள். சிவா இப்படி சொல்வான் என்று எதிர்பார்க்காத அவளுக்கு அவனின் பதில் பெரும் வலியை தந்து இருந்தது. ஆண் துணை இல்லாது வளர்ந்த அவளுக்கு துணையாய் பாதுகாப்பாய் இருந்தவன், ஒரு அழைப்பு கொடுத்தால் ஓடி வருபவன் இன்று அலைபேசியை எடுக்காது அவளை சோதித்துக் கொண்டு இருந்தான்.

அவள் முன்னே வந்து நின்ற பார்கவி,

" எதுக்குடி இப்படி அழுதுட்டு இருக்க? "

" அவர் என்னோட பேசல, ஃபோன் எடுக்கல, எனக்கு பயமா இருக்கு. அப்படி என்னமா உனக்கு பிடிவாதம்? சம்மதம் சொல்ல கூடாதா? "

" உனக்கு தான் பிடிவாதம்? ஏன் நீ விட்டு தர கூடாதா? மாப்பிள்ளை மேல இத்தனை காதல் இருக்கே? என்னை விட்டு அவரை சமாதானம் செய்யலாம் இல்ல? "

" உனக்கு உன் முடிவு, உன் வலி, உன் இழப்பு தான் பெருசு இல்ல? யார் எப்படி போனால் தான் நமக்கு என்ன இல்லையா? "

" ஓ உங்க அண்ணன் எல்லாத்தையும் சொல்லிட்டானா? "

" பிளீஸ் என்னை தனியா விடு மா"

" நான் மாப்பிள்ளை கிட்ட பேசட்டா?"

" அவர் என் ஃபோன் காலே எடுக்கல, முயற்சி பண்ணுங்க பேசினா என்னோட பேச சொல்லுங்க. "

பார்கவி சிவனேஷ் எண்ணுக்கு அழைக்க எடுத்து இருந்தான்.

" என்ன எல்லாம் மாப்பிள்ளை செய்யுறீங்க நீங்க? போதும் பிடிவாதம் விட்டுருங்க. எனக்கு சம்மதம். நீங்களும் விஷாலும் போட்ட பிளான் சக்சஸ். ஆத்விகா பாவம் பயந்து போய் இருக்கா, அவளோட கொஞ்சம் பேசுங்க. "

" உண்மையாவே சம்மதமா அத்தை? என்னை சமாதானம் பண்ண சொல்லல தானே? "

" சம்மதம் தானே சொன்னேன். வாங்க "

" தாங்க்ஸ் அத்தை, இதோ விஷால் கிட்ட சொல்லிட்டு, வீட்டுக்கு வரேன்."

" அம்மா உண்மையாவே சம்மதமா?"

" என்னடி நீயும் அதே கேள்வியை கேட்கிற? "

" இல்ல எனக்கு ஒன்னும் புரியல. விஷால் பேச வந்துட்டு திரும்பி போகும் போது மாப்பிள்ளை தான் கூப்பிட்டு போனார். ஏன் விஷால் நடந்து போறான் தெரு இறங்கி போய் பார்த்த அப்போ தான் தெரிஞ்சுது. மாப்பிள்ளை விஷால் கூட பிளான் போட்டது. உங்க அன்புக்கு அளவே இல்லையான்னு யோசிக்க வைக்கரீங்க. தனக்கு மனைவியா வர போற பொண்ணோட உணர்வுகளுக்கு மதிப்பு கொடுத்து அவ அம்மாக்கு கல்யாணம் பண்ண நினைக்கிற ஒரு பையன் கிடைக்க எவ்ளோ தவம் பண்ணி இருக்கணும்? இந்த மாதிரி பையன் என் பொண்ணுக்கு ஒரு புருஷன் கிடைக்க என்ன வேணாலும் செய்யலாம். உனக்காக, சிவாக்காக, உங்க அன்புக்காக என் முடிவை மாத்திகிறது தப்பு இல்லன்னு தோணவும் சரின்னு சொல்லிட்டேன். "

" அம்மா.. லவ் யூ மா.. " ஆத்விகா தாயை அணைத்து முத்தம் வைக்க, சிவனேஷ் வந்திருந்தான். வந்தவன் ஆத்விகாவை பார்த்து அசட்டு சிரிப்பை கொடுக்க, பார்கவி சமையல் அறை உள்ளே சென்றிருந்தார்.

" உயிரே இல்ல தெரியுமா பா காலையில் இருந்து? "

" அத்தை உன் கண்ணீருக்கு தான் இறங்கி வருவாங்க அதான் கொஞ்சம் சீரியஸா பேச வேண்டியதா போய்டுச்சு. சாரி. "

" சாரி எல்லாம் வேண்டாம்.. உங்க பிளான் செம்ம சக்ஸஸ். அம்மா உங்களுக்காக தான் மனசே மாறினேன் சொன்னாங்க தெரியுமா? "

" எனக்காகவா? கண்டிப்பா இல்ல. இப்படி ஒரு பைத்தியக்காரனை மிஸ் பண்ண கூடாது, நம்ம பொண்ணுக்கு இவன் தான் சரின்னு உனக்காக ஓகே சொல்லி இருப்பாங்க. " சிவா சிரிக்காது சலிப்பாக சொல்ல ஆத்வி அவன் முதுகில் அடிக்க,

" இதோ இப்பவே பொண்டாட்டிக்கான வேலையை தொடங்கிட்டா.. "

சிவா கூறவும் இருவரின் முகத்திலும் சிரிப்பு வந்தது. டீ போட்டு எடுத்து வந்தவர் இருவருக்கும் கொடுக்க, விஷால் வந்து ஆத்வியின் டீயை எடுத்து கொண்டான்.

" அண்ணா அது எனக்கு போட்டது"

" அம்மாகிட்ட சொல்லி இன்னொன்னு போட்டுக்கோ இது இப்போ என் டீ "

" மச்சான் அண்ணன் போஸ்டிங் கிடைச்சதும் என் பொண்டாட்டியை வம்பு இழுக்கணுமா? "

" தங்கச்சியை அழ வைக்கிறது, வெறுப்பு ஏத்தி பார்க்கிறது எல்லாம் ஒரு சுகம். அது எல்லாம் அனுபவிக்கனும் அப்போ தான் புரியும்." விஷால் சிரிப்புடன் கூற, பார்கவி இன்னொரு டீயை கலந்து அவளுக்கு கொடுத்து இருந்தார்.

ஒரு வாரம் கழித்து, எளிமையாக பதிவு திருமணம் செய்து இருந்தனர் பார்கவியும் - செல்வாவும். விஷால் தங்கை அன்னை இருவரையும் தங்களோடு அழைத்து வந்து இருந்தான். தினம் தினம் புது சண்டை, சமாதானம் என விஷால் ஆத்வி இருவரும் வீட்டை கலகலப்பாக வைத்து இருக்க, யாஷினி இன்னொரு மகளாக மாறி இருக்க, செல்வா-வின் காதலும் புரிதலும் பார்கவியின் வாழ்வில் அன்பை சேர்த்து இருந்-தது.

அடுத்து வந்த முகூர்த்தத்தில், பார்கவி - செல்வா இருவரின் ஆசி-யோடு, விஷால் - யாஷினி இருவரின் அன்போடும், இறைவனின் அருளோடும் சிவனேஷின் கையால் பொன் தாலி வாங்கி கொண்டாள் ஆத்விகா. அவர்களின் வாழ்வில் அன்பும் அறனும் வளரட்டும் என வாழ்த்தி விடைப்பெறுவோம்.

23

மதிய உணவு உண்ண சரவணன் அமர்ந்திருக்க, சாரதி அவன் அருகில் வந்து சிரிப்புடன் அமர்ந்தான்.

" என்ன சிரிப்பு உனக்கு என்னை பார்த்து? "

" காயத்திரி பேசினதுக்கு எதுக்கு உனக்கு அவ்ளோ அதிர்ச்சி? வார்த்தையே வரலைன்னு கேள்விப்பட்டேன் உண்மையா? "

சரவணன் இப்போது தலை குனிந்து அவனின் கண்களை துடைத்து கொள்ள,

" டேய் சரவணா ஏன் டா? "

" உன்கிட்ட காயத்திரி சொன்னாளா? "

" ஆமா உன்கிட்ட பேசினதுக்கு பதில் சொல்லாம நீ பேச்சு வராம நின்னான் சொன்னா அதான் கேட்டேன். நீ ஏன் சீரியஸ் ஆகுற? "

" அவ பேசினது அப்படி.."

" என்ன பேசினா அதை சொல்லு."

சரவணன் அனைத்தும் சொல்ல, சாரதி முகத்தில் ஆச்சரியம்.

" அவளுக்கு எப்படி டா நீயும் லவ் பண்ண விஷயம் தெரிஞ்சுது? "

" தெரியல டா.. எவ்ளோ மறைச்சு, சாதாரணமா இருந்தேன் உனக்கு தெரியும் தானே? அவ இப்படி கேட்கவும் எனக்கு பேச்சே வரல "

" விடு அதை யோசிக்காத, இன்னியில் இருந்து அவளுக்கு பிரசவத்-துக்கு லீவ் இன்னும் ரெண்டு வாரத்தில் தேதி சொல்லி இருக்காங்க. எதாவது ஏமோஷன்ல பேசி இருப்பா.. அவளுக்கு இந்த முறை ஆண் குழந்தை பிறந்தா நல்லா இருக்கும் அவளுக்கு ஆண் குழந்தை மேல அதிக ஆசை "

" எது வேணாலும் பிறக்கட்டும் தாயும் சேயும் நலமா இருந்தா அதுவே போதும்."

" சரி வா சாப்பிடலாம். கொஞ்சம் இன்னிக்கி சீக்கிரம் போகனும். உன் தங்கச்சி ஹாஸ்பிடல் போகனும் சொல்லி இருக்கா "

" என்னாச்சு டா ? "

" அது.. நாள் தள்ளி போய் இருக்கு.."

" கண்டிப்பா நல்ல செய்தியா தான் இருக்கும் பாரு.. "

" நானும் அப்படி இருக்கனும் தான் வேண்டிட்டு இருக்கேன். "

" போய்ட்டு வந்து ஒரு ஃபோன் பண்ணு சரியா? "

" ம்ம்.. நீயும் சீக்கிரம் கல்யாணம் பண்ணிக்கோ டா "

" சந்தோஷ் வேலைக்கு சேரட்டும் பண்ணிடலாம்.."

நண்பர்கள் இருவரும் உணவை உண்டு, வேலையில் கவனமாகி இருந்தனர். மாலை சாரதி முதலில் கிளம்ப, பின் சரவணன் கிளம்பி இல்லம் வந்திருந்தான்.

ராஜேஸ்வரி வேலை முடித்து வர, சரவணன் வடை சுட்டு, காஃபி வைத்து இருந்தான்.

" நான் வந்து செஞ்சு தருவேன் இல்ல. நீ ஏன் வேலைக்கும் போய்ட்டு இங்கயும் வேலை செய்யுற? "

" இதெல்லாம் ஒரு வேலையா? மாடி படியில் அப்பா உக்கார்ந்து இருக்கார் குடு மா. " சரவணன் சொல்ல, ராஜேஸ்வரி கொடுத்து வர, இருவரும் ஹாலில் வந்து அமர்ந்தனர். ஹரி வாசலில் வரும் போதே வடையை வாசம் பிடித்து கொண்டே வந்து வடையில் கை வைக்க,

" போய் துணி மாத்தி, உன்னை சுத்தம் பண்ணிட்டு வா போ "

" நான் ஸ்கூல் போற மாதிரியே நடத்தாத மா "

" வேர்த்து போய் வந்துட்டு.. வசனம் பேசுறான்.. போ டா " சரவணன் சொல்லவும் அறைக்குள் சென்றவன் கால் மணி நேரம் கழித்து வெளியில் வந்து இருந்தான். அவனுக்கு உண்ண எடுத்து கொடுத்தான் சரவணன்.

" வடை நல்லா இருக்கே, சத்தியமா அம்மா பண்ணது இல்ல தானே? " ஹரி கிண்டல் கூரலில் கேட்க,

" ம்ம்.. நான் சமைக்காம, அதை நீ சாப்பிடாம தான் இப்படி எருமை மாதிரி வளர்ந்தியா? "

" எங்க அண்ணன் வேலைக்கும் போய்ட்டு வந்து எனக்காக வடை சுட்டு வெச்சு இருக்கு ரெண்டு வார்த்தை பாராட்டினா தானே நாளைக்-

கும் எதாவது செய்து கொடுக்கும்? "

" நல்ல ஐடியா டா ஹரி.. இதான் ஐஸ் வெச்சு வேலை வாங்குறதா? நீ பாராட்டவே வேண்டாம் டா " மூவரும் பேசிக்கொண்டு இருக்க, சந்தோஷ் புன்னகையுடன் வீட்டின் உள்ளே வந்தான்.

" என்னடா பேப்பர் ஈசியா? இப்படி சிரிச்சிட்டே வர? "

" ஈஸி இல்ல.. அதே நேரம் கஷ்டமும் இல்ல. நல்லா எழுதி இருக்கேன். "

" எல்லா வருஷம் போல இதிலும் அரியர் போடாம வெளிய வந்துரு சந்தோஷ். வேலை உடனே கிடைச்சுரும் என் ஹெச் ஆர் கிட்ட கூட சொல்லி வெச்சு இருக்கேன். "

" ம்ம் கண்டிப்பா அண்ணா.. இருங்க வரேன். " சந்தோஷ் அறைக்குள் செல்ல,

" அம்மா.. சந்தோஷ் ஒரு பொண்ணை விரும்பிட்டு இருக்கான். வேலைக்கு சேர்ந்த அப்புறம் கல்யாணம் அந்த பொண்ணு வீட்டில் பேசி இருக்கான். அவங்களும் சம்மதம் சொல்லி இருக்காங்க. "

" என்ன டா சொல்ற? இவனுக்கும் காதலா? "

" இதுல என்ன தப்பு சொல்லுங்க. அவனுக்கு பிடிச்ச பொண்ணோட தானே அவனால வாழ முடியும்? விஷயம் அது இல்ல. சந்தோஷ் வேலைக்கு சேர்ந்துட்டா 25, 26 வயசில் அவனுக்கு கல்யாணம் பண்ணிடுவோமா? "

" அண்ணா 27 தான் என் கல்யாணம். அதுக்கு முன்னாடி நம்ம வீடு கட்டுறோம். எனக்கு எந்த அவசரமும் இல்ல."

" ஏன் டா லவ் பண்றியா நீ? "

" நாளைக்கு அவளை வீட்டுக்கு கூப்பிட்டு வரேன். நீங்களே பார்த்து சொல்லுங்க. "

" என்னவோ ரெண்டு பேரும் சந்தோசமா இருந்தா சரி தான். பெத்தவளுக்கு வேற என்ன வேணும்? உங்க அண்ணன் சரின்னு சொல்லிட்டான் அப்போ எல்லாம் சரியா தான் இருக்கனும். "

" சரி சரவணன் அண்ணானுக்கு எப்போ கல்யாணம்? பண்ணி வைக்கிற ஐடியா இருக்கா? இல்ல வடை சுட கூட வெச்சுக்க போறீங்களா? " ஹரி மீண்டும் கிண்டலாக கேட்க, சரவணன் வாய்விட்டு சிரித்து இருந்தான்.

" அண்ணா நீ சொல்லு உனக்கு எந்த மாதிரி பொண்ணு வேணும்?" சந்தோஷ் கேட்கவும்

" ரெண்டு கண், ரெண்டு காது, ரெண்டு கை, ரெண்டு கால்.. " என சரவணன் சொல்ல சொல்ல சந்தோஷ் பெருமூச்சு விட, ஹரி தொடையில் கிள்ள,

" சொல்லு சரவணா தம்பிங்க கேக்குறாங்க இல்ல? நானும் பொண்ணு பார்க்கனும் இல்ல உனக்கு? "

" ஒரு டிகிரியாவது படிச்சு இருக்கனும். வேலைக்கு போனாலும் சரி, போகாட்டியும் சரி. நம்மை போல நடுத்தர குடும்பமா இருக்கனும். வரதட்சணை தரவே வேண்டாம். அழகை பத்தி எனக்கு எந்த எதிர்பார்ப்பும் இல்ல. கூட்டு குடும்பத்தை அனுசரிக்க தெரிஞ்சா பொண்ணா கண்டிப்பா இருக்கனும். என்னிக்கும் தனிக்குடித்தனம் மட்டும் போக மாட்டேன். அவ்ளோ தான். "

" நீ கேட்கிற மாதிரி பொண்ணுங்க இல்லவே இல்ல அண்ணா " ஹரி கூற,

" ஏன் இல்ல? குடும்பம் முக்கியம் இருக்கிற பொண்ணுங்க எல்லா காலத்திலும் இருக்காங்க. எனக்கும் அப்படி ஒரு பொண்ணு கிடைப்பா, அப்புறம் கல்யாணம் சந்தோஷ் வேலைக்கு போக ஆரம்பிச்ச அப்புறம் தான். " சரவணன் சொல்லிவிட்டு ஹரியை அவன் அலைபேசி எடுக்க சொன்னான்.

சரவணன் சாரதியை அழைக்க, சாரதியின் குரல் அழுகையில் உடைந்தது.

" என்னாச்சு டா? ஏன் குரல் உடையுது? "

" நீ மாமாவாக போற, இப்போ தான் பார்த்தோம். சந்தோசத்தில் அழுகை வந்துருச்சு "

" எனக்கும் கண் கலங்குது டா.. சின்னப்பிள்ளை மாதிரி ஹாஸ்பிடலில் நின்னு அழாத டா, வீட்டுக்கு போய் அழுதுக்கோ, அப்புறம் தங்கச்சி பத்திரம். " சாரதி சரியென கூற, சில நொடி பேசிவிட்டு அலைபேசி வைத்தவன் விஷயத்தை கூற, அனைவரும் மகிழ்ந்திருந்தனர்.

அதன் பின் நாட்கள் மெல்ல நகர, ஆர்த்தியின் வளைகாப்பு ஏற்பாடுகளை தொடங்கி இருந்தான். இதுவரை தங்கியிருந்த இரு படுக்கை அறை வீட்டை காலி செய்து விட்டு மூன்று படுக்கை கொண்ட வீட்டை மாற்றி இருந்தான். தங்கை உறங்க புது கட்டில் மெத்தை வாங்கி போட்டான். அர்ச்சனா வீட்டுக்கு சென்று பெரியவர்களை பார்த்து அவர்களை வளைகாப்புக்கு அழைக்க, அவர்களும் ஆர்த்தியை வாழ்த்தி சபரியை அர்ச்சனா உடன் அனுப்பி வைப்பதாக கூறி இருந்தனர்.

பெரியவர்கள் ஆசியுடன் வளைகாப்பு இனிதே தொடங்கி இருக்க, அர்ச்சனா சபரீஷ் உடன் வந்து சேர்ந்தாள். சரவணன் வரவேற்று அவனை அமர சொல்ல, சந்தோஷ், ஹரி இருவரும் தயங்கி தள்ளி நிற்க, குணா அவனோடு பேச அருகில் அமர்ந்து இருந்தான். குணசேகரன் உடன் சபரீஷ் சகஜமாக பேச, சரவணனுக்கு மகிழ்வாக இருந்தது.

ஆர்த்திக்கு வீட்டின் பெரியவர்கள் வளையல் போட்டு முடித்திருக்க, சரவணனை அழைக்க சொன்னாள். குளிர்பானம் கொடுத்து கொண்டு இருந்தவன் மேடைக்கு வர,

" நீ வளையல் போட்டு ஆசிர்வாதம் பண்ணுண்ணா அப்போ தான் எனக்கு சந்தோசமா இருக்கும். புரியாம கோவத்தில் தப்பா பேசிட்டேன். சாரி " சொன்னவள் கண் கலங்க,

" ஆர்த்தி அழ கூடாது, நீயும் என் வயித்தில் இருக்கிற தங்கமும் சந்தோசமா இருக்க தான் இந்த விசேஷம். கை நீட்டு " சமாதானம் சொன்னவன் நலங்கு வைக்க ஹரி அதை படம் எடுத்து கொண்டான். இனிதே வளைகாப்பு முடிய, அனைவருக்கும் பந்தியில் பரிமாறி, அர்ச்சனா சபரி விடைபெற அவர்களுக்கு என தனியாக விலை உயர்ந்த கடையில் வாங்கிய இனிப்புகளை கொடுத்து அனுப்பினான். பகலில் தொடங்கி மாலையாகி இருக்க, ஆர்த்தியை அழைத்து கொண்டு இல்லம் வந்து இருந்தனர்.

முதல் முறையாக ஆர்த்தி அப்பாவிடம் ஆசி கேட்டு நிற்க, அனைவரையும் ஒரு முறை பார்த்தவர், அவளின் தலையில் கை வைத்து ஆசி கூறிவிட்டு அவள் கையில் ஐநூறு ரூபாய் காசு தர, ராஜேஸ்வரி வாய் மூடி அழுது இருந்தார். அனைவருக்கும் இன்ப அதிர்வாக இருக்க, அவரோ சட்டென வீட்டை விட்டு வெளியே சென்று இருந்தார்.

அதற்கு அடுத்த வாரத்தில், சந்தோஷ் வேலைக்கு சேர்ந்து இருந்தான். ஆரம்ப சம்பளமே அரை லட்சம் தொட்டிருக்க, அனைவருக்கும் மகிழ்ச்சி. சரவணன் அன்று ட்ரீட் வைப்பதாக கூறி உணவு வாங்க சென்று இருந்தான். அதிசயமாக அர்ச்சனா சபரியுடன் அன்று இல்லம் வந்திருக்க, ஆர்த்தி தங்கையோடு அறைக்குள் சென்று இருந்தாள். சபரி சந்தோஷ், ஹரி மூவரும் ஒருவரின் முகம் ஒருவர் பார்த்து அமர்ந்து இருக்க, குணா வந்து சேர்ந்தான்.

" நல்ல வேளை ஃபோன் பண்ணதும் வந்தீங்க, இவனுங்க ரெண்டு பேரும் பேயை பார்த்த மாதிரி உக்கார்ந்து இருக்காங்க. "

" உங்களை மாதிரி பெரிய இடத்தில் பேச்சு வெச்சுக்க முடியுமா? "

" குணா.. நான் பணக்காரன் தான் அதுக்காக என்னை தள்ளி வைக்கணுமா? "

" உங்க வீட்டுல சொன்ன கண்டிசன் அப்படி மாமா, உறவாட கூடாதுன்னு சொல்லி இருக்காங்க. உங்க முன்னாடி தானே சொன்னாங்க? நாங்க காசு இல்லாதவங்க தான், ஆனா எங்களுக்கும் சுய மரியாதை இருக்கும் தானே? " ஹரி கூற, சந்தோஷ் அவன் கையை அழுத்த, சரவணன் வீட்டின் வாசலில் நின்று இருந்தான்.

" ஏன் ஹரி நான் சொன்னேனா தள்ளி நில்லு, உறவாட வேண்டாம்னு? அப்படி அந்தஸ்து பார்த்து இருந்தா உங்க அக்காவை கல்யாணம் பண்ணி இருக்க மாட்டேன். அவங்க எல்லாம் பழைய மனுஷங்க, அப்படி தான். என்ன சொன்னாலும் இந்த காதில் வாங்கி அந்த காதில் விடனும். அதை எல்லாம் கடைப்பிடிக்க முடியாது. அன்னிக்கு நான் அமைதியா இருந்தது உன் அக்கா என் பொண்டாட்டியா வரணும் தான். இதுக்கும் மேல என்ன சொல்ல, எப்படி சொல்ல? "

" சாரி மாமா.. " ஹரி சொல்ல, சரவணன் மெல்ல உள்ளே வந்து இருந்தான். சபரி எழுந்து அவன் அருகில் வந்து தரையில் அமர, குணாவும் கீழே அமர அங்கே ஆண்களின் சிரிப்பொலி வீட்டை நிறைத்து இருந்தது.

24

விவேகா ரஞ்சித் தோளில் சாய்ந்து அழுது கொண்டு இருந்தாள்.

" இதுக்கு தான் நாங்க உன்னை அஷ்வின் அண்ணாக்கு கல்யாணம் பண்ணி வைக்க நினைச்சோம். உன் வீட்டுக்காரர் போனது உனக்கு இழப்பு தான். அதை விட அஷ்வின் அண்ணாக்கு பெரிய இழப்பு. அடிப்பட்டு கொஞ்ச நாள் நடக்க முடியாம, குளிக்க, கழுவன்னு எல்லாத்துக்கும் இன்னொருத்தரை தேடி நின்ன அப்போ அஷ்வின் அண்ணா தற்கொலை பண்ணிக்க முயற்சி பண்ணார். கார்த்திக் அன்னிக்கு கொஞ்சம் கவனிக்காம போய் இருந்தா, எல்லாம் முடிஞ்சு இருக்கும். அவரை சரி பண்ணி அவருக்கு பரத் இருக்கான் அவனுக்கான கடமைகள் இருக்குன்னு அவரை உணர வெச்சு அவனுக்காக மட்டுமே வாழ்ந்துட்டு இருக்கார். "

" சாவை நிறுத்த, தடுக்க நம்மால முடியாது. அன்பான சிலர் நம்மை விட்டு போறது சாபம் தான். அவங்க போனதும் நாமலும் அவங்க கூட போக முடியுமா? உங்க காதல் சேராம போனது விதி. அந்த நேரத்தில் நீங்க ரெண்டு பேரும் அடுத்து என்ன செய்யுறது நின்ன மாதிரி தான் நாங்களும் நின்னோம். கார்த்திக் அப்போ அவனுக்கு தெரிஞ்சது தான் செய்தான். அவனுக்கு உங்க ரெண்டு பேரோட சந்தோசம் மட்டுமே பெருசா தெரிஞ்சுது. இதில் அவன் தப்பு என்ன? எல்லாம் கடந்து

இப்போ நீயும் அஷ்வின் அண்ணாவும் நிக்கிற இடம் எதுன்னு தெரியுதா? "

" நானும் கார்த்திக்கும் எப்பவும் உன்னோட இருப்போமா? இருக்க தான் முடியுமா? உனக்கு துணை அவசியம் விவேகா, உன் மேல அன்பு வெச்சு இருக்கிற ஒரு துணை. அஷ்வின் அண்ணாவை உன்னோட சேர்த்து குத்தி காட்டி பேசி உன்னையும் கொன்னு, அவனும் செத்தான் பாரு, உன் புருஷன் அப்படி இல்ல. உண்மையான அன்போட ஒருத்தர், அந்த ஒருத்தர் எப்பவும் உன் வாழ்க்கையில் அஷ்வின் அண்ணா தான். உன் முதல் புருஷன் சொன்னது உண்மையாக கூடாதுன்னு அஷ்வின் அண்ணா வேண்டாமா? இல்ல அஷ்வின் அண்ணா சொல்ற மாதிரி ஒரு நொண்டி புருஷன் வேண்டாமா?!"

" அப்படி இல்ல ரஞ்சித்.. அஷ்வினை விட்டு போனதும் எங்க அப்பா அத்தை வீட்டில் ஆறு மாசம் என்னை அடைச்சு வெச்சு இருந்தார். அதுக்கு அப்புறம் போன காலேஜில் ஹாஸ்டல். ஹாஸ்டல் வார்டன் கிட்ட எனக்கு ஃபோன் தர கூடாதுன்னு சொல்லி இருந்தார். படிச்சு முடியவும் கல்யாணம், கல்யாணமாகி முதல் நாலு மாசம் நல்லா தான் இருந்தார். பேச்சு வாக்கில் ஒரு நாள் அஷ்வின் கையெழுத்து அழகுன்னு சொல்லிட்டேன். அன்னியில் இருந்து தினம் அவன் தான் அழகா, அறிவா, இன்னும் அவ நினைப்பில் இருக்கியா, இன்னும் அசிங்க அசிங்கமா பேசுவார். சிவானி பிறந்த அப்போ அவ முகம் பார்த்து, அஷ்வின் நினைச்சுட்டு என்னோட படுத்தியா கேட்டார். அவருக்கு விபத்து எதிர்பாராத விதமா நடந்தது. "

" சரி இனி பொண்ணுக்காக வாழனும் மனசை திடம் பண்ணிட்டு தான் உங்களை எல்லாம் தேடி வந்தேன். ஆனா வந்த இடத்தில் கார்த்திக் சொன்னது எல்லாம் கேட்டு ஏன் இப்படின்னு நான் அழாதா நாள் இல்ல. கார்த்திக் மாதிரி எதையும் அஷ்வினுக்கு வெளிய சொல்ல கூட தெரியாது டா. அவன் சரியாக, திடமாக இப்ப வரைக்கும் நான் வேண்டிட்டு தான் இருக்கேன். எனக்கு அஷ்வினை கல்யாணம் பண்றது இல்ல பிரச்சனை.. "

" அஷ்வின் கொஞ்ச நாள் வாழ்ந்தாலும் ஒரு தேவதை கூட வாழ்ந்து இருக்கான். எனக்கு கிடைச்சது சாத்தான். கல்யாணம் பண்ணிட்டு என் வலிக்கு மருந்தா அவள் தோள் சாய நெருங்கினாலும் அவனுக்கு அது வலிக்கும். என்னை நெருங்கவும் முடியாம, விலகவும் முடியாம கொடு-மையான நிலை. இன்னும் அவனுக்கு என் கல்யாண வாழ்க்கை பத்தி தெரியாது, எதாவது ஒரு சூழ்நிலையில் என் வலிக்கு எல்லாம் ஆதரவா அவன் வேணும் நானே இதை அவன்கிட்ட சொல்லிட்டேனா? இந்த விஷயம் தெரிஞ்சா இன்னும் உடைவான். அவன் உடைஞ்சு போறதை என்னால பார்க்கவோ, தாங்கவோ, முடியாது. அவனுக்கு இருக்கிற வேதனை போதாதா? "

" இதெல்லாம் உன் பயம் விவேகா, உன்னால மட்டும் தான்டி அஷ்வின் அண்ணாவை நிம்மதியா வெச்சுக்க முடியும். கார்த்திக் சத்தியமா அஷ்-வின் அண்ணாவை விட்டு கல்யாணம் பண்ணிக்க மாட்டான். அவனுக்கு நெஞ்சு எல்லாம் பயம், அஷ்வின் அண்ணா எப்ப எதை செய்வாருன்னு, பரத்தை நீ பார்த்துப்ப தானே கேட்டு தான் தற்கொலை முயற்சி செய்தார். கார்த்திக் அஷ்வின் அண்ணா சரியானதும் என்-னோட அபார்ட்மெண்ட் வந்துட்டான். உன் பையன் நீ தான் பார்க்கனும் சொல்லி, அந்த பிஞ்சு குழந்தையை ஏங்க விட்டு, பரத்தை பார்த்துட்டு வந்தா முழு ராத்திரி எல்லாம் கூட தூங்காம அழுது இருக்கான். அவன் ஆழ்ந்து தூங்குறதே இந்த பத்து நாளா தான் அதும் நீங்க சேர்ந்துரு-வீங்கன்னு நம்பி தூங்குறான். அஷ்வின், கார்த்திக், பரத் மூணு பேரும் உன் பொறுப்பு "

" நான் மட்டும் சம்மதம் சொன்னா போதுமா? அஷ்வின் சொல்லணும் ரஞ்சித்.. அவன் சொன்னா தானே கல்யாணம் நடக்கும்? இனி அவன் மாட்டேன் சொன்னாலும் நான் போக போறது இல்ல. இங்கையே தங்கிட போறேன். " விவேகா சொல்லவும் ரஞ்சித் அவளின் நெற்றியில் முத்தம் வைத்து இருந்தான்.

" அப்போ பொண்ணுக்கு ஓகே, மாப்பிள்ளையை இனி கரைக்கிறது ஈஸி தான். தாங்க்ஸ் விவேகா "

" நான் தான் டா சொல்லனும் உங்களுக்கு, ரெண்டு பேரும் எனக்கு பல விஷயம் புரிய வெச்சு இருக்கீங்க தெரியுமா? "

" எனக்கும் கல்யாணம் நடக்க வேண்டாமா? உங்களை எல்லாம் கரை சேர்த்திட்டு தான் நான் கரையேற வழியை பார்க்கனும். "

" இன்னுமா உன் மாமானார் இம்சை பண்றான்? "

" அந்த ஆளுக்கு நான் சொந்த வீடு கட்டனும், கட்டுனா தான் நான் என் பொண்டாட்டியை கட்ட முடியும். இப்போ விக்கிற விலைக்கு கல்யாணம் பண்ணிட்டு வீடு கட்ட முடியாதாம் அதான் இப்படி ஒரு கண்டிசன். "

" சீக்கிரமே வாங்கிடுவோம். சரி காலையில நிறைய வேலை இருக்கு. தூங்கு குட் நைட். " ரஞ்சித் கூறிவிட்டு அறை விட்டு வர, கார்த்திக் அஷ்வின் உடன் நின்று இருந்தான். மூவரும் எதுவும் பேசவில்லை.. அமைதியாய் அஷ்வின் அவன் அறை நோக்கி செல்ல, ரஞ்சித் கட்டை விரல் உயர்த்தி வெற்றி என்று காட்டினான். ஆனால் கார்த்திக் யோசனையில் இருந்தான்.

காலையில் விவேகா எழுந்ததும் தந்தையிடமும், அஷ்வினின் சித்தப்பாவிடம் அவளின் சம்மதத்தை கூறி இருந்தாள். பரத் எழுந்து வரவும் அவனை குளிக்க வைத்தவள், சிவானியை அழைத்து இருவரையும் அமர வைத்து இனிமேல் பரத் சிவானியின் அண்ணன் என்றும், சிவானி அவனின் தங்கை என்று சொல்லி கொடுத்தாள். சிவானி அண்ணன் கிடைத்த மகிழ்வில் அவனை கட்டிக்கொள்ள, பரத் முகத்தில் புன்னகை. சிறுவர்கள் இருவரும் இணைந்து விளையாட, விவேகா அமைதியாய் மற்ற வேலைகளை பார்க்க சென்று இருந்தாள்.

அஷ்வின் கிளம்பியவன் ஏற்பாடுகளை கவனிக்க விஷேச ஹால் சென்று இருந்தான். அங்கு இருந்து வேண்டிய உதவிகளை செய்து மதிய உணவையும் அருகேயே உண்டு மீத வேலைகளை சித்தப்பாவிடம் கேட்டு செய்து இருந்தான். ரேவதியின் கணவன் கணேஷ் வரவும்

அவரிடம் பொறுப்பை கொடுத்து விட்டு இல்லம் வந்தவனை ரேவதி குளித்து உடை மாற்ற சொல்ல, சரியென அறைக்குள் சென்றவனின் பின்னே கார்த்திக்கும் நுழைந்திருந்தான்.

" என்னடா இன்னும் கிளம்பாம என்ன பண்ணிட்டு இருக்க? ரஞ்சித் எங்க? நவிக்கு நம்ம எடுத்த மோதிரம் இறுக்கமா இருக்குன்னு மாத்த சொல்லி அவன்கிட்ட கொடுத்து இருந்தேன். வாங்கிட்டேன் சொன்னான், என்கிட்ட கொடுக்கவே இல்ல. "

" அண்ணா.. விவேகா பத்தி உன் முடிவு என்ன? "

" நான் யோசிக்க நேரம் கொடு கார்த்திக்.. ஏன் உனக்கு அவசரம். "

" அவசரம் இல்ல, அவசியம். விவேகா சம்மதம் சொல்லிட்டா, திரும்பி வீட்டுக்கு போக மாட்டேன் நிக்கிறா, அவளோட அப்பா நிச்சயம் பண்ணிடுவோம்னு சொல்றார். சித்தப்பா உன்னை நினைச்சு யோசிக்கிறார். பரத் சிவானியை என் தங்கச்சின்னு சொல்லிட்டு இருக்கான். இப்போ உன் பதில் மட்டும் தான் வேணும். எப்படியும் இந்த நிச்சயம் நடக்கும் தான், சிரிச்சு சந்தோசமா இருக்கிற மாதிரி ஏமாத்தி நீயும் நானும் இந்த நாளை கடத்த தான் போறோம். உன் பதில் தெரிஞ்சா நடிக்க வசதியா இருக்கும்.." கார்த்திக் சொல்லி முடிக்க, கதவு தட்டும் சத்தம் கேட்டது. கார்த்திக் எழுந்து கதவை திறக்க, விவேகா நின்று இருந்தாள்.

" வெளிய போ கார்த்திக் நான் அஷ்வின் கூட பேசனும். போய் கிளம்பு, நல்ல நேரத்தில் வீட்டில் இருந்து வெளிய போகனும். " கார்த்திக் அஷ்வின் முகம் பார்த்து விட்டு வெளியே செல்ல, விவேகா அவன் எதிரில் அமர்ந்தாள்.

" என்ன முடிவு பண்ணி இருக்க? நான் வேண்டாம்னு தானே? "

" இன்னும் எந்த முடிவுக்கும் நான் வரல.. எனக்கு யோசிக்க நேரம் வேணும். "

" என்ன யோசிக்க போற? நீ நொண்டி எனக்கு சுமை, சிவானிக்கு இப்படி ஒரு அப்பா வேண்டாம் இதானே? இதே நமக்கு ரெஜிஸ்டர் மேரேஜ் நடந்து அதுக்கு அப்புறம் எனக்கு இப்படி கால் போய் நொண்டியாகி இருந்தா சுமை சொல்லி விட்டு போய் இருப்பியா? "

" பைத்தியம் மாதிரி பேசாதடி, நீ எனக்கு சுமையா? எப்படி உனக்கு இப்படி எல்லாம் தோணுது? "

" அப்புறம் உனக்கு மட்டும் தோணுதே எப்படி? "

" வேண்டாம்டி கஷ்டமா இருக்கும்.. உன்னால தாங்க முடியாது. "

" ஒரு வேளை என்னை கல்யாணம் பண்றது உன் மனைவிக்கு செய்யுற துரோகம் நினைக்குறியா? "

" கண்டிப்பா இல்ல.. நான் உன்னை எவ்ளோ காதலிச்சேன் அவளுக்கு தெரியும். அதே போல அவ என்னை எவ்ளோ நேசிச்சான்னும் எனக்கு தெரியும். உன்னோட தான் சேர போறேன் தெரிஞ்சா எனக்காக சந்தோசப்படற முதல் ஆள் அவ தான். "

" என் பயம் வேற விவேகா... அவளை இன்னும் நான் மறக்கல, அவ நினைவில் உன்னை காயப்படுத்த என்னால முடியாது. என் உடம்பு இருக்கிற நிலையில் ஒரு குடும்ப தலைவனா என்னை யோசிக்கவே முடியல.. மனசும் உடலும் சோர்ந்து போய் ஒத்துழைப்பு இல்லாம முடங்கிட்டேன். நீ காதலிக்கும் போது பார்த்த அஷ்வின் இல்ல நான். "

" என்னை பாரு.. நமக்கு நடந்தது எல்லாம் நடந்து முடிஞ்சுது. இனி நடக்க வேண்டியதை யோசிப்போம். நான் இருக்கேன் அஷ்வின் உனக்கு இன்னொரு உயிரா, உடலா, நிழலா நான் இருப்பேன். நம்ம காதலை நம்பி சரின்னு சொல்லு, இந்த வாழ்க்கை நம்மை எங்க கூப்பிட்டு போனாலும் சரி, எது வந்தாலும் சரி, ஒன்னா சமாளிப்போம். சிவானிக்கு ஒரு அப்பாவும் எனக்கு துணையும் வேணும். சரின்னு சொல்லு டா "

அஷ்வின் சரி என்று தலையாட்டி சொல்ல, விவேகா அவன் நெற்றியில் முத்தம் வைத்து இருந்தாள். இருவரும் கண் கலங்கியிருக்க, கதவு தட்டப்பட்டது. விவேகா கதவை திறக்க, பரத் நின்று இருந்தான். அறைக்குள் வந்து அஷ்வின் முகம் பார்த்தவன் அவன் அழுவதை பார்த்து கண் துடைக்க, அஷ்வின் விவேகாவை அருகில் அழைக்க, வந்து அமர்ந்தாள். பரத்தை மடியில் அமர வைத்து விவேகா தான் இனி அவனின் அம்மா என்று கூற, ஒரு நொடி தகப்பன் முகம் பார்த்தவன்,

" என்னை விட்டு போக மாட்டாங்க தானே?! " பரத் கேட்கவும் விவேகா மாட்டேன் என தலையாட்ட, அஷ்வின் மடியில் இருந்து விவேகா மடிக்கு சென்று இருந்தான். அவனை கிளம்ப சொல்லிவிட்டு வெளியே சென்றவள், ஒரு நிமிடம் அதிர்ந்து நின்று இருந்தாள். குடும்பமே அவளின் முடிவை கேட்க நின்றிருந்தது. கட்டை விரலை உயர்த்தி காட்டி சக்சஸ் என்று அவள் சைகை செய்ய, கார்த்திக் அவளை அணைத்து கொண்டான்.

அஷ்வின் வரவும், அனைவரும் ஒன்றாக மண்டபம் செல்ல, கார்த்திக் விஷயத்தை லோகேஷ், நவநீதா என அனைவருக்கும் சொல்ல, நவியின் அம்மா கலா அஷ்வின் - விவேகா இருவரையும் வாழ்த்தி இருந்தார். நிச்சயம் செய்து விடுவோம் என்று கலா கூற,

" இல்ல மா.. நாங்க நேரடியா கல்யாணம் பண்ணிக்க போறோம். ரெஜிஸ்டர் மேரேஜ். " விவேகா அஷ்வின் முகம் பார்த்து சொல்ல, கண்ணை மூடி அவனும் சம்மதம் சொல்லி இருந்தான். லோகேஷ், ரஞ்சித் இருவரும் கிண்டல் செய்ய, கார்த்திக் - நவநீதா இருவரின் நட்பு கூட்டமும் நிறைய, எளிமையாய் இனிமையாய் நிச்சயதார்த்தம் நடந்தது.

அடுத்து வந்த முதல் முகூர்த்தத்தில் அஷ்வின் - விவேகா திருமணம் நடத்திருக்க, அதன் பின் வந்த முகூர்த்த நாளில் கார்த்திக் - நவநீதா இருவரின் திருமணமும் இனிதே நடைபெற்றது. அனைவரும் அன்புடன் ஆனந்தமாக வாழ வாழ்த்தி விடைப்பெறுவோம்.

25

சரவணன் இல்லம் வரும் போதே ஹரி, சபரி, அர்ச்சனா, ராஜேஸ்வரி என அனைவரும் புறப்பட்டு காத்து இருந்தனர். ஆர்த்தியை பார்த்துக்-கொள்ள குணா வந்து இருந்தான். வீட்டினுள் வந்தவன் அவசரமாய் அறைக்குள் நுழைந்து கிளம்பி வர, ஹரி வேறு சட்டை போட்டு வர சொன்னான்.

" டேய் இதே போதும் டா. நாளைக்கு வீட்டுல என்னை லுங்கியோட பார்க்கும் போது அந்த பொண்ணு பயந்திட போகுது. " சரவணன் சொல்லவும் அனைவரும் சிரித்து இருக்க, ஹரி மட்டும் முறைத்து விட்டு முன்னே சென்று இருந்தான்.

பெண் வீட்டின் உள்ளே செல்லும் போதே சரவணனுக்கு வேர்த்து இருந்-தது. சாரதி உடன் இருந்து இருந்தால் நன்றாய் இருந்திருக்கும் என்று தோன்றியது. பெரியவர்கள் பேச, ஹரி, சபரி இருவரும் வேறு உலகில் இருக்க, இவனும் பெரியவர்கள் பேசுவதை கவனிக்க ஆரம்பித்து இருந்-தான். சிறிது நேரத்தில் பெண் வரவும், சபரி நன்றாக பார்த்துக்கொள்ள சொல்லி சரவணனின் காதை கடித்தான். பார்த்ததும் பிடித்து போனது அவனுக்கு, அவனை போலவே சாதாரண உடையுடன் எந்த செயற்கை அலங்காரமும் இல்லாது வந்து நின்று இருந்தாள். அத்தனை பேர் முன்-னும் நிமிர்ந்து அவனை கண்ணோடு கண் பார்த்து வணக்கம் சொன்னது அவனுக்கு இன்னும் ஆச்சரியமாக இருந்தது.

இறுதியில் இரு வீட்டிலும் சம்மதம் என்று கூற, முதல் நாள் நிச்சயமும் அடுத்து நாள் திருமணம் என்று பேசிக்கொண்டனர். தட்டு மாற்றி உறுதி செய்து விட்டு இல்லம் வந்தனர். முதல் முறையாக பார்த்த வரனே அமையும் என்று யாரும் எதிர்பார்க்கவே இல்லை. சரவணனின் திருமணம் என்றதும் தங்கை, தம்பி முகங்களில் வந்த மகிழ்வை கண்டு சரவணனுக்கு இன்பமாக கண் கலங்கியது. அன்றிரவு அனைவரும் ஒன்றாக உண்ண அமர, அவர்களின் தந்தையும் வர அவரையும் அவர்களோடு அமர சொல்லி ஒன்றாய் உண்டு இருந்தனர்.

எளிமையாய் தான் திருமணம் என்பதால், பத்திரிக்கை, உணவு, உடை, நகை என செலவுகள் குறைவாக தான் இருந்தது. இடையில் கல்யாண பெண்ணே அழைத்து நலம் விசாரித்தாள், அவனின் உடை அளவுகளை கேட்டு வாங்கி கொண்டாள். சரவணன் தான் தயங்கி பேசி இருந்தான். நாட்கள் விரைந்து செல்ல, திருமண நாளும் வந்திருந்தது.

மிக நெருங்கிய உறவுகளும், சொந்தங்களும், நட்புகளும் கலந்து கொள்ள, அதிசயமாய் சபரியின் பெற்றோரும் வந்திருந்தனர். கடவுள் சன்னிதியில் அனைவரின் ஆசியோடு மித்ராவை தன் வாழ்க்கை துணையாக்கி கொண்டான் சரவணன். மதிய உணவு ஹாலில் ஏற்பாடு செய்து இருக்க, அதை முடித்து விட்டு, சில போட்டோக்கள் எடுத்து விட்டு நண்பர்களுடன் சிறிது நேரம் பேசி, மித்ராவை உடன் வேலை செய்பவர்களுக்கு அறிமுகம் செய்து வைத்தான்.

மாலை வரை இருந்த மித்ராவின் சொந்தங்கள் விடைபெற, குணா வீட்டிற்கு ஹரி, சந்தோஷ் இருவரும் கிளம்பி இருக்க, சபரி கண்ணை காட்டி சிரித்து விட்டு அவனிடம் விடைபெற, சாரதி மட்டும் சரவணன் உடன் இருந்தான்.

" பயமா இருக்கா சரவணா? "

" பயம் இல்ல.. எல்லாமே புதுசா இருக்க போகுதுன்னு ஒரு பதட்டம் அவ்ளோ தான். பேசி, பழகி, புரிதல் வர வரைக்கும் கொஞ்சம் இப்படி

தானே இருக்கும்? "

" இந்த புரிதல் சரி.. பேசி பழகின தானே? பேசின வரை எப்படி? "

" பேசவே இல்லையே டா.. எனக்கு என்ன பேசன்னு தெரியல சும்மா சாப்பிட்டியா தூங்குனியா பேச பிடிக்கல அதான் காரணம்.. "

" ஓ அப்போ இந்திய - சீன எல்லை பிரச்சனை பத்தி பேசி இருக்கலாமே நல்லா இருந்து இருக்கும்.. நல்ல வேலை காயத்திரி கிரேட் எஸ்கேப். "

" நீயும் என் தங்கச்சி கூட இப்படி தான் பேசாம இருந்த, வந்துட்டான் கிண்டல் என்னை பண்ண.. "

" சரி ரூம் உள்ள போ என் தங்கச்சி வெயிட்டிங். ஹேப்பி மேரேஜ் லைஃப் மச்சி.. " சாரதி வாழ்த்தி விட்டு கிளம்பி செல்ல, சரவணன் அறைக்கு சென்றான். அறையில் மித்ரா அலைபேசியில் மெல்லிய ஒலியில் பாடல் கேட்டு கொண்டு இருந்தாள்.

கண்ணுக்கொரு வண்ணக்கிளி
காதுக்கொரு கானக் குயில்
நெஞ்சுக்கொரு வஞ்சிக்கொடி நீதானம்மா
தத்தித் தவழும் தங்கச் சிலையே
பொங்கிப் பெருகும் சங்கத் தமிழே
முத்தம் தர நித்தம் வரும் நட்சத்திரம்..

பாடல் வரி கேட்டு சரவணன் முகத்தில் புன்னகை. அவன் வந்து அருகில் அமர்ந்தும் அவளிடம் அசைவில்லை. மெல்ல கழிவறை உள்ளே சென்றவன் அவனின் பட்டு வேட்டி சட்டையை மாற்றிவிட்டு வந்து மெத்தையின் ஒரு ஓரம் படுக்க, மித்ரா கண் விழித்து பார்த்தாள்.

" சரோ எப்போ வந்தீங்க? ஏன் என்னை கூப்பிடவே இல்ல? "

அவளின் சரோ என்ற அழைப்பு இன்ப அதிர்வு தர, அவளை திரும்பி பார்த்தவன்,

" நீ பாட்டு கேட்டு தூங்கிட்டேன் நினைச்சேன் அதான்.. "

" எதும் பேச மாட்டீங்களா? எப்பவும் இப்படி தானா? இல்லை என்கிட்ட மட்டும் அமைதியா? "

" நீ எப்பவும் இப்படி தானா? பட்டு பட்டுன்னு கேள்வி கேட்கிற? ரொம்ப கோவக்காரின்னு உன் தம்பி ஜெய் சொன்னான் உண்மையா? "

" பரவாயில்ல நல்லா பேசறீங்க.. நான் கோவக்காரி எல்லாம் இல்ல, ஒரு தம்பிக்கு அக்காவா போய்ட்டேன் அதான் அவனை அடக்க கொஞ்சம் நறுக்குன்னு பேசுவேன். கோவம் இருக்கிற இடத்தில் தான் குணமும் இருக்கும்."

" ஓ அப்போ சரி.. தூங்கலாமா இல்ல வேற.." சரவணன் முடிக்கும் முன் முந்தி கொண்டவள்,

" வேற என்ன? இன்னிக்கி நமக்கு நடுவில் எதுவும் வேண்டாம். "

" தூங்கலாமா இல்ல வேற எதும் கேள்வி இருக்கா தான் கேட்க வந்தேன். இருக்கிற அசதிக்கு என்னை எழுந்து உக்கார சொன்னா கூட என்னால முடியாது. நீங்க உங்க கற்பனை குதிரையை கட்டி வெச்சுட்டு தூங்குங்க. " சொல்லி விட்டு திரும்பி படுத்தவன் அவனுக்குள் சிரித்து கொண்டு உறங்கி இருக்க, மித்ரா அவளின் தலையில் அவளே கொட்டி கொண்டாள்.

காலையில் எழுந்து பார்க்க, மித்ரா அருகில் இல்லை. வீடே அமைதியாய் இருக்க, சரவணன் எழுந்து வர மித்ரா அவசரமாய் பையில் எதையோ எடுத்து வைத்து கொண்டு இருந்தாள்.

" என்னாச்சு ஏன் இவளோ அவசரம்?"

" ஆர்த்திக்கு நேத்து பிரசவ வலி வந்துருக்கு, உங்க அத்தை, அம்மா, அப்பா எல்லாரும் சேர்ந்து ஹாஸ்பிடல் கூப்பிட்டு போய்ட்டாங்க. ஹரியை வர சொல்லி இருக்கேன் காஃபி, டிஃபன் எடுத்துட்டு போக, நீங்க குளிச்சுட்டு வாங்க நான் அத்தைகிட்ட கேட்டு தேவையானதை எடுத்து வெச்சுட்டு வரேன். ஹாஸ்பிடல் போகலாம். " மித்ரா விரட்ட, சரவணன் ஓடி இருந்தான்.

அடுத்த வந்த ஆறு நாளும் ஹரி, குணா, சந்தோஷ், சரவணன், ஏன்? மாமானரை கூட வேலை வாங்கி இருந்தாள். தன் அப்பாவையே வேலை வாங்கியவளை சரவணன் ஆச்சரியமாக பார்க்க, ஹரியும் சந்தோஷும் சிரித்து கொண்டனர். ஏழாம் நாள் மருமகனோடு இல்லம் வந்த ஆர்த்தியை ஆரத்தி சுற்றி வரவேற்று இருந்தாள். பிள்ளை வளர்ப்பில் மாமியாருக்கு பாடம் எடுத்தவள், மருமகனை மகனாய் தாங்கி ஆர்த்தியையும் கவனித்து கொண்டாள். சரவணன் தான் கட்டியவளோடு பேச கூட காத்து இருந்தான்.

அன்றிரவு அவளோடு பேச காத்து இருக்க, படுக்கையில் கிடந்தவனுக்கு விக்கல் வரவும் அறையில் தண்ணீர் இல்லை என்று சமையல் அறைக்குள் நுழைந்தவன் மித்ரா கையில் இருந்து தம்ளரை அவசரமாக வாங்கி நீர் அருந்தி இருந்தான். சூடான பாலை அவள் மெதுவாக நிறுத்தி ஆற்றவும்,

" நான் ஆத்தி தரவா? கை சுட்டுக்க போற, இங்க தா "

" இல்ல வேண்டாம். "

" அட கொடு மித்ரா. எவ்ளோ நேரம் கொஞ்சம் கொஞ்சமா ஆத்திட்டு இருப்ப? இப்படி ஆத்தி எப்போ எடுத்துட்டு போவ? "

" என்ன இப்போ? வேண்டாம்னு சொல்றேன் இல்ல? கொஞ்சம் அடக்கி வாசீங்க, உங்க தம்பிங்க இருக்காங்க, அதும் வயசு பசங்க, இந்த உதவி, கொஞ்சல் எல்லாம் ரூம் உள்ள வெச்சுக்கோங்க" மித்ரா காரமாய் கூற-

வும் சரவணன் அமைதியாய் அறைக்குள் சென்று இருந்தான். வேலை முடித்து அறைக்குள் வந்தவள் சரவணன் தூங்கி இருக்க, அவனின் தலை வருடி சாரி என்று தூங்கி கொண்டு இருக்கும் அவனிடம் கூறி விட்டு, படுத்து கொண்டாள்.

பதினாறாம் நாள் குழந்தைக்கு பெயர் வைக்க, அன்றும் ஓடியாடி வேலை பார்த்திருந்தாள். சரவணன் கூட சொல்லவில்லை ராஜேஸ்வரி இனி வேலைக்கு செல்ல கூடாது என கூறி அதை சாதித்தும் இருந்தாள். சரவணனின் பொறுப்புகளை அவளின் பொறுப்புகளாக மாற்றி கொண்டாள். ஹரியை பகுதி நேர வேலையிலிருந்து நிற்க சொன்னவள், படிப்பில் கவனம் செலுத்த சொன்னாள். இப்படி வீட்டில் ஒருத்தியை மாறி சரவணன் நெஞ்சில் இடம் பிடித்து இருந்தாள்.

விஷேசம் முடிந்து, வேலை எல்லாம் முடித்து அறை வந்தவளை பக்கம் அழைத்தான். அவள் பக்கம் வரவும் கை பிடித்து அவன் அருகில் அமர வைத்து இருந்தான்.

" நம்ம வீடு பிடிச்சு இருக்கா? "

" பிறந்த வீட்டை விட இங்க தான் வசதியா இருக்கு. சந்தோஷ், ஹரி ரெண்டு பேரும் சமத்து, அத்தை ரொம்ப ஸ்வீட். மாமா கூட என்னோட நல்லா பேசுறாங்க வேற என்ன வேணும் சொல்லுங்க.. "

" என்னை பத்தி எதுவும் சொல்லலையே, என்னை பிடிச்சு இருக்கா? "

" பிடிக்காமயா கல்யாணம் பண்ணிக்கிட்டேன்? "

" ஒரு வாரம் முன்னாடி உதவி பண்றேன் சொன்னதுக்கு திட்டின இல்ல அதான் கேட்டேன் "

" அது ராத்திரி நேரம், நீங்க உதவ சமையல் அறையில் இருக்கீங்கனு எனக்கு தெரியும்? வெளிய உள்ளவங்களுக்கு எதும் தெரியாது. வயசு பசங்க மனசை சஞ்சலம் பண்ண கூடாது. அது அவங்க படிப்பு ,

வேலையை கெடுக்கும். அதான் அப்படி சொன்னேன். நான் இப்படி தான் எதை சொன்னாலும் நறுக்குன்னு தான் சொல்வேன். ஆனா அதில் எந்த கோபமும் இருக்காது. காயப்படுத்தி இருந்தா சாரி. "

" இனிமேல் இப்படி பண்ண மாட்டேன். சாரி.. நான் இதை யோசிக்கவே இல்ல மித்ரா "

" உங்ககிட்ட நான் ஒரு கேள்வி கேட்கவா?

" கேளு"

" காயத்திரி இன்னும் உங்க மனசில் இருக்காங்களா? "

" மித்ரா.. அவ இன்னொருத்தன் பொண்டாட்டி, ரெண்டு பிள்ளைக்கு அம்மா.. அவளை போய் இன்னும் நினைச்சுட்டு இருப்பேனா? காதல் எல்லாம் கடந்து போயாச்சு. என்ன அவளுக்கு என் காதலை சொல்லி இருந்தா நல்லா இருக்கும்னு மனசு சில நேரம் சொல்லும். அவளுக்கும் தெரியும்னு தெரிஞ்ச அப்புறம் ஒரு நிம்மதி. அவ்ளோ தான் என் காதல், நீ எதையும் நினைச்சு மனசை குழப்பாத சரியா ?"

" ஆமா என் லவ் பத்தி உனக்கு யார் சொன்னா? "

" ஆர்த்தி, அர்ச்சனாக்கு போன வாரம் சொல்லிட்டு இருந்தா அப்போ எதார்த்தமா கேட்டேன். அன்னிக்கி கொஞ்சம் கோவமா பேச காரணமும் அதான், கல்யாணமாகி ரெண்டு வாரமாகியும் நீங்க என் பக்கம் வரவே இல்லையா.. அதான், உங்ககிட்டயே நேரடியா கேட்போம் இப்போ கேட்-டேன். "

" இரு வரேன் " சரவணன் கதவை சாற்றி விட்டு வந்தான்.

அவளின் அருகில் நெருங்கி அமர்ந்தவன்,

" நீ தானே அடக்கி வாசிக்க சொன்ன? அதான் நேரம் வரட்டும்னு

காத்து இருந்தேன். இப்போ உன்னை என் கைக்குள்ள அடக்கி வாசிக்கட்டுமா? " சரவணன் கேட்ட கேள்வியில் மித்ரா முகத்தை மூட, முகம் மூடிய கையை எடுத்தவன் அவளின் இதழை இதழ் கொண்டு மூடி இருந்தான். சரவணனின் இல்லறம் இனிதே தொடங்கி இருந்தது.

சந்தோஷ், ஹரி, ஜெய் மூவருக்கும் மனதுக்கு பிடித்த நல்ல வாழ்க்கையை வருங்காலத்தில் அமைத்து தருவான் என்பதில் எந்த ஐயமும் இல்லை. அவனின் அன்பு மனம், உடன் பிறப்புகளுக்கு எதையும் செய்யும். எனவே, அவனின் இல்லறம் இன்பமுடன் இனிக்கட்டும் என வாழ்த்து கூறி அன்பின் மிகையை இங்கே நிறைவு செய்கிறேன்.

சுபம்.

அன்பு அனைத்தும் செய்யும்.
அன்புடன்,
கௌரி முத்துகிருஷ்ணன்.

www.ingramcontent.com/pod-product-compliance
Lightning Source LLC
LaVergne TN
LVHW040434051026
849517LV00002B/607
9798886843606